D0757334

Living by the Ten Wholesome Principles

—an English translation of *Sống Mười Điều Lành*

by Trưởng lão Thích Thông Lạc

Translated from Vietnamese
by Rev. Hozan Alan Senauke
and Bhikkhuni Thích Nữ Huệ Nhuận

Clear View Press • Berkeley

Copyright © 2020 by Hozan Alan Senauke

Published by Clear View Press
1933 Russell Street
Berkeley, CA 94703
www.clearviewproject.org

Library of Congress Cataloguing-in-Publication Data
    Senauke, Hozan Alan and Thích Nữ Huệ Nhuận
    Living by the Ten Wholesome Principles
    Sống Mười Diều Lành
    ISBN: 978-1-7346149-1-6

    1. Buddhism. 2. Vietnamese Buddhism.
    3. Lay Buddhist Morality

Edition, April 2020
In English & Vietnamese

Cover painting by Bhikkhuni Thích Nữ Huệ Nhuận

Table of Contents

The Ten Wholesome Principles

Living according to the Ten Wholesome Principles
or Good Deeds, we practice with Body, Speech, and Mind.

1 Our Body has Three Wholesome Principles
      Not Killing
      Not Stealing
      Not Being Lustful

2. Our Speech has Four Wholesome Principles
      Not Lying
      Not Boasting or Exaggerating
      Not Slandering
      Not Speaking Cruelly

3. Our Mind has Three Wholesome Principles
      Not Being Greedy
      Not Being Angry
      Not Falling into Delusion

Introduction by Bhikkhuni Thích Nữ Huệ Nhuận

In the past, my life was extremely hard. I endured countless
trials that, looking back, were a result of lack of virtue. Finally,
I learned to contemplate and look within myself to discover,
repent, and correct my mistakes. I officially ordained in 1998
with Master Thích Thanh Từ at Trúc Lâm Temple in Đà Lạt
Province, Vietnam. My Buddhist name is Huệ Nhuận. I went
back to California after one month, and started my training and
practice at a few female meditation monasteries in California
and Texas. In 2016, a lay Buddhist who was always looking
online for great teachers and teaching called me and said: Sister
Huệ Nhuận, I found a teacher. He is the greatest one, and he
seem to be enlightened. After that she sent me many CDs and
books of Venerable Bhikkhu Thích Thông Lạc. As I watched
the Venerable's posture and listened to his teachings on the CD,
I was moved with each sentence of his wisdom and insight. The
sheer insight, the cosmic understanding of his teaching left me
completely silent, at a loss for words, unable to completely
describe my feelings, I simply said: "Venerable Bhikkhu Thích
Thông Lạc was enlightened."

I saw that Venerable Bhikkhu Thích Thông Lạc is one
who could do what Buddha did. He was enlightened by
following Theravada Buddhism from a bilingual book called
Majjhima Nikaya that Venerable Thích Minh Châu translated
from Pali into Vietnamese. He taught and wrote about a
hundred books to share his experience and explain the way to
attain happiness and find true freedom.

One of his books is about the "Ten Wholesome Principles" teaching the basic moral foundation. I think this is the essential step in learning to be a human. We should follow these principles in order to have a peaceful, happy life, a paradise on earth. I have applied these teachings myself and received several beneficial results like those he describes in his book. When I wished for anything, I got it right away.

"An unsurpassed, penetrating and perfect Dharma" following directly from the Buddha's teachings: "For each good deed, you will receive equal in return." The Buddha also taught that: if you practice on the path, you don't have to wait years for good results. If you practice the Dharma and follow the ethics or the Eightfold Deeply Noble Path you begin to enjoy the benefits right away. As a result, I am not angry with anyone, not hating or complaining, unafraid of anything, and always smiling even when faced with evil.

Presently, I am on the path to continue practicing with these strong beliefs forever. If we want to find true happiness, we should live a moral and virtuous life, believe deeply in cause and effect, let go of our egos and arrogance, and release the evil mind—the chaotic mind, the racing, and frantic mind. Ultimately, heaven or hell exists only in our minds, right here in this worldly life, and we shouldn't look for another realm.

With that said, I would like to introduce this book to everyone that does not read Vietnamese. I wish to find the way for the Sangha, disciples, and lay people to follow the right path by first and foremost practicing morals and virtue to reach true freedom, because if we lack morality we will lose what is the most important, and in the end we will harvest suffering.

I am very blessed to meet Hozan Alan Senauke, vice-abbot of Berkeley Zen Center, who has been working with me in translating this book from Vietnamese into English for more than two years. I also would like to send my thanks to Chúc Lạc, Quảng Nghiêm, and Tâm Tấn for their constructive feedback and support.

During the process, we did not translate the book verbatim into English because some of the meanings would be lost. We did check for consistency and make sure the text is easy to understand, but due to our limited understanding, we do not think this is the final and perfect translation. We welcome and appreciate all of your feedback and corrections, so that the next version will be a stronger and more useful translation. Please email your comments and feedback to Hozan Alan Senauke at asenauke@gmail.com.

With Gratitude,
Bhikkhuni Thích Nữ Huệ Nhuận

Introduction by Rev. Hozan Alan Senauke

In the spring of 2017, my old friend Reverend Huệ Nhuận asked me to help her translate *Sống Mười Điều Lành* by the late Vietnamese master Ven. Thích Thông Lạc. Having known Huệ Nhuận for nearly thirty years—shortly after she came from Vietnam—playing wonderful music with her and her daughter Quế Lâm, watching her raise her children and move eagerly into Buddhist monastic life, I was glad to help with this project, well aware that I would be learning steadily along the way. Now, more than two years later, having added Chúc Lạc's bright spirit to our team, we present our translation: *Living by the Ten Wholesome Principles*.

Working without any scholarly opinion at first, my understanding of this work evolved inductively, asking my partners and myself about the sources and scope of this work. After a time, I realized that this was not strictly a commentary on *monastic* precepts, but rather a guide for people wishing to live according to Buddhist principles, based on the *Ten Wholesome Principles Sutra* (Taisho Tripitaka 600). A translation of this Sutra is online at: http://www.buddhasutra.com/files/ten_wholesome.htm.

In the course of this commentary, Thích Thông Lạc draws from traditional Vietnamese legends and stories as well as excerpts from the *Ekottara Āgama* (*Numbered Discourses*), an early Indian Buddhist text, of which only a Chinese translation is extant (Taishō Tripiṭaka 125). This is one of the four *Āgamas* of the Sanskrit Sūtra Piṭaka.

Admittedly, there are elements of this commentary, particularly related to the workings of karma, that I do not fully understand. When I teach from a text, my effort is first, to grasp the words on the page without avoiding what I might personally not understand or fully agree with. Here, I invite you to read the work of Thích Thông Lạc and the sources he comments on. Second, I rely on the Buddha's words in the ancient *Kalama Sutta*:

> Now, Kalamas, don't go by reports, by legends, by traditions, by scripture, by logical conjecture, by inference, by analogies, by agreement through pondering views, by probability, or by the thought, 'This contemplative is our teacher.' When you know for yourselves that, 'These qualities are skillful; these qualities are blameless; these qualities are praised by the wise; these qualities, when adopted and carried out, lead to welfare and to happiness' — then you should enter and remain in them

Reading about the Ten Wholesome Principles, or any teachings, I would encourage you to apply the message of the *Kalama Sutta*, discuss the teachings with friends, and chose how to live.

Master Thông Lạc, abbot of the Chơn Như Monastery was born into a devout Buddhist family in 1928, near what is now Hồ Chí Minh City in Vietnam. During early childhood, he learned about Buddhism from his father. At the age of eight, his parents allowed him leave home to study and practice Buddhism at the Phước Lưu Pagoda in Tây Ninh Province.

Venerable Thích Thiện Hòa sent him to the Huệ Nghiêm Buddhist College and Vạn Hạnh Buddhist University to further his education. He continued his studies at the Saigon University of Literature, while participating in patriotic movements for Vietnamese independence and freedom.

Despite taking responsibility for his parents in their old age and illness, Ven. Thích Thông Lạc abandoned worldly aspirations for fame and wealth, following the arduous path of meditation. In 1980, at the age of fifty-two, Master Thông Lạc was recognized as having attained full enlightenment, with mastery of life and death.

Master Thông Lạc spent more than forty-four years of his life practicing and spreading Buddhism, overcoming hardships and challenges, most of these years at Chơn Như monastery, where he always maintained a steady practice, writing numerous books that spread his dharma teachings fast and wide. At midnight of 2 January 2013, Thích Thông Lạc passed away, after a well-spent life at Chơn Như Monastery in central Vietnam.

While this is not a word-for-word translation of Master Thông Lạc's book, we have tried to stay very close to the text and to his book's organizing principles. The point here is not academic accuracy but guidance towards a wholesome life in which one refrains from violence and harm for the sake of oneself and all beings. This is the Bodhisattva's way of life, the path of liberation.

Rev. Hozan Alan Senauke
Berkeley Zen Center
March 2020

Preface

When we are born, we hope for a long, healthy life, and for good fortune. However, how many people have these wishes fulfilled? In fact, everyone knows that our long life is filled with suffering in body and mind. We may never have a minute or an hour's true happiness. Joy and happiness come to us like a dream. Therefore, peace and happiness flow by like water under a bridge, or the shadow of a horse seen through a window.

People are born with delusion. We don't see that everything in life is impermanent, everything in life is impermanent, appearing today and disappearing tomorrow. We cling to the material world and think this world is permanent. People think that things are real, and that we are supreme in this life. We create a big ego. Along with this big ego many bad deeds arise. This ego has been carried through many previous lives right to this present life.

The negative karma of these past lives bears fruit as suffering in this life. But how many people understand this? They think that everything that happens to them is an accident, good luck or bad luck. Because they think this way, people run after fame and wealth, creating more negative karma and misfortune in their lives.

If we wish to overcome the suffering of our lives, or the attachment of family, of desire, of hatred and jealousy, if we would like to transcend disaster and physical illness, we must live according to Ten Wholesome Principles.

These Ten Principles bring people to true happiness, helping us go beyond the ordinary worldly life. Worldly life means living just for ourselves, without thinking of others. To live according to these Ten Principles, we have to train to be good to ourselves, to our families, and to society—in the present and in the future.

Living with the Ten Principles helps us be honest with ourselves and others, without deceiving anyone. We can live a calm, honest, simple life. We have the courage and patience to meet our difficulties. Then we may attain true happiness.

The Ten Wholesome Principles lead us from sorrow, hunger, and cold to life that is peaceful and warm. These Ten Principles help us live a moral life, no longer causing suffering for ourselves, or other beings. We can serve as good examples for everyone. We will find peace for ourselves and for others, and create an orderly society.

These Ten Wholesome Principles help us not to be cruel, deceitful, or dishonest; not to kill or rape. We need not fear loss, theft, or murder. Most of all, living by these Ten Wholesome Principles, we needn't fear falling into the three realms of evil spirits:

1 - Asuras—fighting demons
2 - Pretas—hungry ghosts
3 - Narakas—hell-dwellers (Those who are forever sick and bedridden; blind, deaf, deformed, disabled, forgetful, or mentally ill—unable to tell good from bad, right from wrong.)

Living by Ten Principles supports our body, speech, and mind that we may find tranquility. If we do not live according to these principles, our body, speech, and mind will create ten evil karmas.

Considering cause and effect, if we create bad karma, we will plant ten bad seeds and receive ten suffering fruits. This means hell. Among the six realms of existence, hell is the place of the greatest suffering. Buddhist sutras remind us to diligently practice to eradicate bad karma; to create and give rise to good karma. Then we will find peace and happiness.

Hell is here in this world, not in some distant realm. Superstitious people in ancient cultures thought that hell was some other place. We don't really know where hell is. We only know some old stories. But hell is right where our suffering is; it's not some place we go after death. Hell is right here at this moment. If we do evil deeds, we torture ourselves. It is not gods or demons of the underworld who torture us.

Look at people who do bad deeds all their lives—killing, stealing, lying, slandering, caught up in greed, hatred, and delusion—they are never at peace.
Although they may have some position in society, their bodies and minds are always dark and cloudy.

The Buddha taught that the main thing is to create positive karma. When we apply good cause and effect—karma—we naturally receive favorable cause and effect in the present and the future. So our lives are blessed even in this very life. We have peace, joy, and happiness; enough of everything.

Living with Ten Wholesome Principles, we receive ten great blessings:

1. We have health.
2. We have wealth.
3. Our family is happy and harmonious; our children are pious.

4. We receive respect, trust, and love from everyone
5. We are intelligent and wise, clearly understanding the law of cause and effect.
6. We practice right speech, engendering love and respect.
7. Our kind speech puts everyone at ease.
8. We do not speak harshly or negatively of anyone.
9. We do not fear anything or any situation; we have the strength to face all evil things. Speaking fluently and naturally to crowds of people, our voice is strong and convincing.
10. Our body speech, and mind are pure—not contaminated by any cravings.

Anyone can see the Ten Wholesome Principles, but if we do not choose to practice them, our lives will be dark and marked by suffering. This is like the poor man in the *Lotus Sutra*1 who has a jewel sewn in his clothes but does not know it. Such people are ignorant and deluded. There are really no words to describe such people.

Therefore, if we can live according to these Ten Principles, we see that we already have good karma from many past lives, not just from this life. We have sown good seeds in the past and deeply respect the Triple Jewel—Buddha, Dharma, and Sangha.

Because of good karma from the past we now encounter the Ten Wholesome Principles. If one comes across the Ten

1 The parable of "the Jewel Sewn into a Poor Man's Robe" is found in chapter 8 of the *Lotus Sutra* (Sanskrit: *Saddharma Puṇḍarīka Sūtra*), a classic Mahayana sutra central to many of the East Asian Buddhist traditions.

Wholesome Principles without practicing them, then all of our thinking about the Triple Jewel is just like a wind blowing across the countryside carrying no benefits for our life.

These Ten Principles are very important, so when we live with them we immediately accumulate merit for ourselves, for others, and for all beings.

Deep Contemplation and Understanding That We Are Free

Everyone in this life is always creating good and bad karma through body, speech, and mind. There are three kinds of karma:

Body
Speech
Mind

If our body, speech, and mind create evil karma, we experience suffering in the forms of accidents, illness, and poverty—lacking food or clothing, we wander around as beggars. Those with bad karma meet with difficulty and continuous suffering. We live in sorrow, fear, anger, and grief. Knowing that life can be like that, we should contemplate ourselves, considering our body, situation, and all facts in order to understand that we create our own suffering.

There is a story about the Buddha's disciple Subhuti. Long ago at Vulture Peak, he had a serious illness. Subhuti thought: "Where does our bodily suffering come from and how is it eradicated? When it is eradicated, where does it go to?" Soon, he came to a quiet place, set out a cushion, and sat in lotus position with right mindfulness. He contemplated the cause of his illness and how to eradicate the suffering of illness.

The king of heaven, Sakra Indra Devanam knew Subhuti's mind so he and his disciples came to help Subhuti understand his body's karma. They showed him how to live by Ten Principles and drive away illness. The king's disciple offered this poem.

Good karma overcomes bad karma.
At Vulture Peak he has a serious illness.
Look at the great master's posture:
Receive Great Blessings
Here and now.

—from the *Ekottara Agama*[2]

The short meaning of this poem is that living with Ten Wholesome Principles, here and now, illness and adversity fall away.

When people fail to have sufficient faith, we live by killing and eating creatures. How can we avoid the suffering of accidents and sickness? When people eat animals, if we don't have such food we have a great craving for it. We are long accustomed to this diet. When a baby is born, his or her mother starts to feed them meat. So, when we grow up, our body and mind are already habituated to meat and fish. The same is true when we grow up.

Everyone was born pure, but we are affected by our parents, who are influenced by ten bad deeds. Living with our parents, we acquire their habits. These habits create suffering in this life and in other lives.

So when we follow the Buddha's teaching, we practice relinquishment, cultivating good habits. Living with these good habits, we live in harmony—avoiding suffering for ourselves, for others, and for all beings. If one generates the ten good

2 The *Ekottara Agama* (*Numbered Discourses*), is an early Indian Buddhist text, of which only a Chinese translation is extant (Taishō Tripiṭaka 125). This is one of the four *Āgamas* of the Sanskrit Mahayana Sūtra Piṭaka, roughly parallel to the Pali *Anguttara Nikaya*.

karmas, one can avoid sickness or accidents attacking their body and mind.

Practicing Buddha's teaching is very simple. We transform bad karma into good, and experience a happy life, free from suffering. The Ten Wholesome Principles bring miracles which help people overcome suffering. These precepts are more valuable than anything in the world. Only the Ten Principles can help us transcend the sufferings of life. In ancient times, Confucius said it is difficult to become a good person. But the Buddha's teachings speak to the opposite point. By practicing ten precepts, without difficulty we can become a good person, bringing happiness to ourselves and to others. Surely, living by these Ten Principles, body and mind will be free from sickness and suffering. It means we are living in heaven. Anyone living by these Ten Principles is living in heaven. So, heaven is never far from this life. Heaven or hell is not in the sky or in the earth. It is right in our mind.

Anyone living by killing animals will pay with suffering. If we kill and eat animals, we will reap suffering in this life. There is no place to hide from cause and effect.

Ten Principles

Listening to the first verse of the *Ten Wholesome Principles Sutra3*: "Good karma overcomes bad karma," Subhuti clearly understood that bodily illness results from our bad deeds. Subhuti recalled Buddha's teaching in the *Ten Wholesome Principle Sutra*: "If one wants to escape bodily illness and accidents, wishes for a peaceful and joyful family, pious children, a harmonious and happy marriage, then one should live according to the Ten Wholesome Principles."

This teaching does not lie. Those who habitually live by ten bad deeds do not have sufficient faith. If we don't live with the Ten Wholesome Principles, we will bear endless suffering.

3 The *Ten Wholesome Principles Sutra* is found in the Taisho Tripitaka, #600. An English translation of the Sutra itself is online at: http://www.buddhasutra.com/files/ten_wholesome.htm.

What Are the Ten Principles?

Being human, everyone needs to thoroughly understand the Ten Wholesome Principles. When we apply them to our daily life— like eating rice and drinking water— then life will be peaceful and devoid of worry.

Everyone knows humans cannot survive without eating and drinking. Likewise, if humans want to end our suffering, we must live by these Ten Wholesome Principles, in the same way we eat and drink. A fool knows the way to live without suffering but chooses to live otherwise.

By virtue of our great merit, we discover the Ten Wholesome Principles. The Buddha's mind of immeasurable loving kindness wishes all of us to be free from suffering. He taught us the Ten Wholesome Principles to save us from illness, misfortune, and accidents. Gods and saints cannot save us from suffering. Therefore, praying to these gods and saints when we are suffering is just old-fashioned superstition and blindness.

Buddha's teachings tell us to "light up our spirit and go on our own. The Buddha cannot heal our suffering and sorrow." No saint, no deity can help us.

Living according to the Ten Wholesome Principles, we have to practice with Body, Speech, and Mind.

1 Our Body has Three Wholesome Principles
    Not Killing
    Not Stealing
    Not Being Lustful

2. Our Speech has Four Wholesome Principles
      Not Lying
      Not Boasting or Exaggerating
      Not Slandering
      Not Speaking Cruelly

3. Our Mind has Three Wholesome Principles
      Not Being Greedy
      Not Being Angry
      Not Falling into Delusion

How does living with these Ten Principles help us be free from illness, accidents, and suffering? To answer this question we must see, step by step, how the Ten Good Principles work.

The First Wholesome Principle
—Not Killing Beings or Any Form of Life

People usually say that "I would rather be healthy and poor than sick and wealthy." Every creature on this planet fears death, suffering, sickness, and pain. The greatest blessing is to reprieve a person or an animal from the prospect of death.

Imagine when a fish or a bird are about to be killed, how happy they would be if released. Therefore, not killing but releasing is the first good deed of the Ten Principles. All of us love life and fear death. So why should we take the life of other animals? Put ourselves in their situation. Would we want to be killed like this? Do not say, "Animals are here to nourish human beings," and think that "God gave life to animals for us to use for food." Thinking this way reveals us as cruel people with savage minds. If we go to the forest and are eaten by a tiger, do we see ourselves as just food for the tiger? Please think about this. Animals under the knife struggle on the cutting board. In serious illness, we toss and turn in our beds. Our sorrow and the grief of animals is not different.

We should restrain our minds, not killing animals for tasty food. We should consider the suffering of animals as we would consider our own suffering. A practitioner should think that eating animals is like eating our children. According to the laws of cause and effect, creatures who are killed today in past lives may have been our parents or grandparents.

Killing animals is the cause of sickness, suffering, and accidents. If we consume the blood and bones of animals, we have to pay in blood and bone. There is no place to hide.

The *Ten Wholesome Principles Sutra* teaches us, "If one does not kill, he or she will gain ten benefits."

A person will be:
1. Widely respected
2. Compassionate to all creatures
3. Free from anger
4. Healthy in body and mind
5. Long-lived
6. Supported and helped by good people
7. Sleeping easily, free from nightmares
8. Without enemies
9. Safe from the three hell realms
10. Bound for heaven after death

It is a fact that one who does these good deeds, taking care of poor, ill, and injured people, is himself rarely ill or injured. When one is healthy in body, he or she feels happy in mind right here in this life. When we meet someone who is happy, healthy, and joyful in this life, we know that this is the fruit of good karma in their past and present life.

Whether a Buddhist practitioner is taking Five Precepts or Ten Precepts, the First Precept is: Do Not Kill. Not killing is the compassionate action of a Bodhisattva in this world. Practicing compassionate action, even if we do not kill creatures ourselves, we should be vegetarians, avoiding meat or fish. Ancient people say, "Seeing that they are living creatures, we should not kill."

In our hometown, we knew many people who kept ducks and chickens as pets. They loved them. With compassionate minds, people did not eat them. So, we should eat vegetables, beans, nuts, and so forth. We can train ourselves, eating a vegetarian diet a few days a month until we become fully vegetarian.

At every meal monks and nuns chant the Meal Verses. First, taking three small spoons of rice, they keep a silent vow in mind: "I vow to eradicate all bad deeds. I vow to do all that is good. I vow to make all beings happy."

They recite the Five Contemplations.
1. With this meal, I consider the labor and hard work that made this food.
2. I vow to live in a way that I am worthy to receive this food.
3. I vow to prevent all bad actions.
4. I receive this food only to feed the body.
5. In order to be free, I receive this food.

When monks and nuns do walking meditation, they step carefully so as not to harm the grass. How, without lovingkindness, can we take the lives of animals? So when people make vegetarian food and call it vegi-meat, vegi-fish, and so on, it means that they are still missing these animal foods. When a disciple of Buddha who wishes to overcome birth and death eats meat, even if they practice for eons, they will not be free.

If someone says the Buddha did not prohibit monks and nuns from eating meat that is just an excuse to eat meat and break the First Principle, Not Killing. In the original form of Buddhism, the *Nikaya Suttas*, the Buddha did not teach that. This is the Buddha's true teaching. Lay Buddhists should remember this and practice with good results.

In the *Jivaka Sutta*4 it says, if lay followers offer meat to the Buddha and Sangha, they will accrue five demerits. The Buddha taught us not to kill. Why would people kill animals and offer meat to the sangha? This is contrary to the Dharma.

In summary, Buddhism is a compassionate path. Love all beings: people, animals, insects, plants, grass, and earth. Keeping the precept Not to Kill, a Buddhist disciple harbors love and compassion for all life. Imagine that only for a single day we do not eat meat, how many animals' lives would be saved. If we have a "vegetarian village," then everyone keeps this precept easily. If all people refrained from eating meat and killing, would there be war and disasters in the world? A long time ago, on a great full moon day, at the Long Hoa market in Tây Ninh City under the Cao Đài way, there were no people selling meat. How rare!

If we take life, we have to give life. This is the law of cause and effect. Therefore, the Buddha taught that after taking refuge, lay Buddhists must give up six occupations and also to nurture the virtue of loving all beings. There are six ways by which one should not make a living:

1. Not hunting
2. Not fishing or casting a net
3. Not trading fresh meat
4. Not trading cooked meat
5. Not trading alcoholic beverages
6. Not trading in people for slavery or prostitution

To save and release beings from bondage is the greatest merit.

4 *Jivaka Sutta*: *To Jivaka* (On Being a Lay Follower), *Anguttara Nikaya* 8.26

To summarize this lesson, we offer an ancient poem to encourage disciples and lay Buddhists to awaken, to strive and practice the Precept of Not Killing, to bring happiness to ourselves, to others, and to all beings:

> Day by day
> Eating from our rice bowl,
> We create war from the pain and anger of the
> animals we eat.
> Please hear the cries of the slaughterhouse day
> and night.

In fact, in this poem we see that nothing is guaranteed in life. In newspapers, tv, and radio we can see the world's news: storms, earthquake, ruin, death, destruction. People are not yet awake. We live according to Ten Evil Deeds.

Cause and effect are practical. Casting their nets in floods and storms, fishermen often die. Anyone casting a net for fish will themselves become food for fish and shrimp.

The Second Wholesome Principle
—Not Stealing, the Virtue of Letting Go

To steal is characteristic of greed, to have endless free time, to have great wealth, to eat good food, wear beautiful clothing, and not to work hard as most people must. Master Thiện Hòa teaches that one who is not greedy and does not steal is a person who loves equality and respect, who protects the property of others as their own.

Money and wealth are like the flowing blood of all people. If one has no money, it is very hard to live. If we work hard for money and it is stolen, we are heartbroken. When people lose their money, they feel sorrow. There are many people whose property, gold, and silver have been stolen. Their disappointment can lead them to suicide. Moreover, ill-gotten gains seldom prosper. We cannot bring our wealth with us when we die.

People who do not steal, live happily. They do not fear jail or hatred. When they keep the Precept of Not Stealing their families are at peace. Even when they misplace their money and precious things, when they forget to lock their doors, still they do not lose anything. A long time ago in China, during the centuries of peace, in the time of Kinh Nghiêu and Kinh Thuấn, people did not lock their doors at night. If they lost money, nobody picked it up. We appreciate this spirit. Today in many "developed" countries, when someone loses something, they report it to the police, and they find out that someone has already taken it to the police.

A disciple in Japan told me that one day she had to leave her house in a hurry, forgetting to lock the door. When she returned after being away for the whole day, everything in the house was still there. Miss T.H. in California came home and found her door wide open. She was frightened to go into the house, so she called the police. When they arrived, the police searched her house. Nothing was lost. She had failed to lock her house and that the wind had blown the door open.

In Vietnam, sometimes we see in the newspaper some person with a heart of gold. But recently, it is rare to discover a heart of gold.

A disciple of Buddha takes Five Precepts, including Not Stealing—not even a tomato, a squash, a pepper, a nail, or a needle. If we are not given such things, we do not take them by force. If someone loses 50,000 Vietnamese *dong*, or $100 U.S. dollars, someone else might claim it as their own money.

If a worker arrives late or leaves early, he or she is likely to be fired. A worker who takes tools, instruments, and office equipment home to his family, is stealing from the public. Using copy machines for one's own purpose, even copying Buddhist documents to help people practice, is also stealing the people's property. Many people spend their time at work reading newspaper or novels, listening to music, adorning themselves, or going to coffee shops to chat with friends. All this is stealing our own work time. Lay Buddhists take Five Precepts or Ten Precepts. If they fall into any of the circumstances above, they have broken the Second Precept: Not to Steal.

The Ten Wholesome Principles Sutra says: "If we give alms and don't steal, we will accumulate ten merits:

1. We will have wealth; we will not suffer from war, storms, or fire; our children will not waste our money.
2. People will respect and trust us.
3. Nobody will deceive us.
4. People near and far will praise our straightforward character.
5. We will be at peace, with no fear of loss.
6. Our good name will be known far and wide.
7. We will not fear crowds of people.
8. We will have beauty, wealth, strength, joy, and be skillful with our words.
9. We will be generous to all people.
10. We will go to heaven after our death.

In fact, when we are generous, although we expect nothing in return, good fortune comes to us naturally. The Buddha taught us that "when we give generously, then good fortune is as wide as the sky." We experience this teaching not only in our own life, but also in our Buddhist disciples' lives. We are not greedy. When we give alms generously and don't take anything for ourselves, we lack nothing. Disciples working in foreign countries often are out of job, but a good disciple gives alms freely. He or she always has good fortune and is never without a job. If one leaves a job, one will easily find another.

Wealthy people guard their property and do not give alms to those in need. They do not feel safe. They have trouble sleeping and are afraid of thieves. So, to maintain the Principle of Not Stealing we have the virtue of letting go. When we let go of things, our mind is relaxed, peaceful, and without worries. Therefore, we always have to keep our precepts, not stealing but giving generously. Our peace, our joy in body and mind, and our merits increase.

The Third Wholesome Principle
—Avoiding Sexual Misconduct, the Virtue of Being Faithful

People are born by means of sex. Sexuality is the cause of birth and death. Sexuality is an obstacle to enlightenment. The Buddha taught if we do not renounce sexuality, we cannot be free from the cycle of rebirth.

In this lesson, practicing Ten Wholesome Principles, we are not trying to live as an *arhant;* we are simply avoiding sexual misconduct. For Buddhist followers, right sexual relations are between a husband and wife. If one has sexual relations with another person—not his or her wife or husband— this is the sin of sexual misconduct.

Maintaining the precept of avoiding sexual misconduct is the path to happiness and peace for one's family. Children become good people. Children who come from unhappy families often get involved with gangs, narcotics, and prostitution.

Excessive sexual activity wears out our health, bringing venereal disease, and other conditions like AIDS that are very hard to overcome. Look back at Vietnamese and Chinese history: does any king have a long, healthy life? With hundreds of imperial concubines and pretty maids, there also had to be royal doctors tending to the king. There is King Lê Ngọa Triều , who could only perform his official responsibilities lying down. He could not sit up.

People who keep this principle conduct themselves with love, respect, righteousness, generosity, and justice towards his/her husband or wife. Asian society in the past was a feudal system. Men looked down on women. Husbands were allowed many wives and concubines. So, there was a proverb: "A man has the right to have many wives; a good woman has but one husband." If a couple did not have a boy child within three years of marriage, then the wife had to arrange to find another wife, so the family lineage would continue.

In Europe and America today women are respected. Because husband and wife both go to work, men often wash the dishes. Couples try to divide the housework equally. Cutting the grass, carrying out the trash, carrying heavy things is men's work. Women also take part in all aspects of society: as taxi-drivers, bulldozer operators, lawyers, doctors, executives, congress-people, prime ministers, queens, even astronauts exploring space. Nevertheless, in some countries, women must cover their faces when going. Women can be physically punished by men; men can have as many wives as they wish. How strange are such customs? A Buddhist remarked that in one U.S. state, Mormon men advertise on television for many wives, with their other wives and children pictured around them. That is the strange case of the 21st Century.

Maintaining the Buddhist Principle of Not Misusing Sexuality means promoting respect, kindness, and affection between husband and wife, protecting health for all, bringing happiness to the family, and contributing to society. *The Ten Wholesome Principles Sutra* teaches that avoiding sexual misconduct has four benefits:

1. The Six Objects—eyes, ears, nose, tongue, body, and mind are totally good.
2. Pain and grief disappear.
3. One's good reputation will be known widely.
4. No harm will come to one's family and children.

A life free from sexual misconduct is marked by virtue that everyone congratulates and respects. It is the virtue of a faithful life. When husband and wife keep the virtue of a faithful life, their family lives happily.

The Fourth Wholesome Principle—Not Telling Lies

To tell a lie is to speak backwards. True things seem false and false things seem true. In society, when one tells lies, one loses the trust of oneself and everyone else.

Lies damage our common life. When we are in the habit of telling lies, it is a pattern that is very difficult to eradicate. When people understand that we are lying, we will be isolated. No one will feel close to us.

Great Master Thích Thiện Hòa taught us, "Living in society, even when joking, we should not lie. Once we are seen to lie, after that no one will trust or believe us. A Buddhist monk or nun must be especially serious and careful. If a monk or nun falsely claims to be an *arhant* or enlightened, then that person has committed a great crime."

Liars will fall into one of the three hells. An ancient sutra tells about five monks who falsely claimed enlightenment. They went to a strange land and constructed a high platform shaded by beautiful umbrellas. One bhikkhu stepped up and sat down in a formal posture with half-closed eyes. The other four monks went to the village and called everyone to see the enlightened saint, inviting the villagers to pray and make offerings of food and money in exchange for merit. They took turns advertising their friends and receiving offerings.

In the next life, in the time of the Buddha, four people carried the queen's cart and a fifth followed to protect her. They took the queen to hear Buddha's teachings. The queen removed all her jewelry to hear the Buddha, leaving it in the cart. The five men protecting the cart fell asleep and thieves stole the queen's jewels. The queen's soldiers cruelly tortured the five cart-bearers. The queen asked the Buddha why the bearers fell asleep and thieves were able to carry off her jewels? Buddha said that those five bearers had been false monks in a past life. In that past life, the queen had been a devout person offering them food and alms. In this life they had to repay their past debt to her by being her cart bearers. The queen was frightened and asked for the five bearers to be forgiven so they wouldn't have to carry her cart in the future. But the five bearers bowed to her, crying and insisting they mighty continue to attend her. "We promise from now on to be careful and never fall asleep on duty." The queen asked Buddha's opinion and he said they had not paid their karma yet, so they could not live easily.

It is not a sin to tell lies to save people and animals. In the sutras there is a story about one of the Buddha's past lives as a monk. While he was meditating in the forest, the king and his soldiers were hunting a deer. They lost sight of the deer and asked the monk if he saw which direction the deer had run to. The monk did not reply. The soldiers were angry and brought him to face the king, who again asked about the deer. The monk said, "Sir, great king. I am a monk, keeping the precepts. I am not permitted to tell a lie, nor to kill animals. If I had said I did not see the deer, that would be a lie and a sin, disrespectful of the king. If I told the truth and the king hunted down that deer, I would be responsible for the death of an animal. So, forgive me for not answering your question. If you, great king, choose to punish me, I will accept that. I am prepared to die, but I cannot answer you."

In Vietnamese history, in the time of King Quang Trung, soldiers pursued the lord Nguyen Anh. This lord ran into a temple and asked a monk to help him, to save his life. The temple was very Nguyễn Ánh to sit on the altar and replace the statue. The soldiers arrived and asked if someone had run into the temple a few minutes ago. The monk answered calmly, "...*Amithaba*...I am busy reciting a sutra, so I didn't see anyone." The soldiers looked around. Seeing no one else, they left. That monk told a lie to save a life. Later Nguyễn Ánh became King Gia Long. There is no sin in protecting life.

The Ten Wholesome Principles Sutra teaches that one who does not lie will share these eight benefits:

1. They will be respected by people.
2. Their every word will be logical and adored by people and devas.
3. When speaking, their breath will smell as sweet as the Udambara Flower.
4. They will use gentle words to console others.
5. They will receive blessings; their body speech and mind are pure.
6. Their speech will be without sadness or anger, but they express happiness.
7. Their respectful words are followed by people and devas.
8. They will have great wisdom

To summarize, Buddhism does not permit us to tell lies which lead to the loss of two virtues: trust and faith. Lies are harmful to body and mind. It is better to die than to tell a lie. To tell the truth is best. The Buddha's principle of Not Lying is very important for all practitioners. We must always remember not to lie.

A long time ago, when the Buddha taught Rahula, he brought a bowl of clear water for the Buddha to wash his feet. When the Buddha finished his washing, he asked Rahula, "Should we drink this washing water?'

"Honored one, we cannot drink this washing water."

The Buddha taught that telling a lie, one is like the bowl full of dirty water. He asked Rahula to throw away the washing water and bring back the bowl. The Buddha asked, "Would you use this bowl for your food?"

Rahula replied, "Lord, I would not use this bowl for food or rice."

Likewise, a Buddhist practitioner who tells a lie falls into hell and never attains enlightenment. A practitioner should never deceive people.

The Fifth Wholesome Principle—Not Boasting or Exaggerating

When common people tell a story they often boast or exaggerate to get other people's attention, and to make the story more attractive. In Vietnam, we say they "use more fish sauce and salt." In other words, they flatter and exaggerate. For example, a man told a story about fishing. He said, "Yesterday I caught a two-pound globefish." In fact, he caught a small catfish that weighed only half a pound.

In business, people say bad things are good things, and good things are bad things. They substitute shoddy merchandise for good, and charge inflated prices, cheating their customers. They don't see that telling such lies becomes a habit.

Even a few words of slander or jealousy can cause enmity and violence between two people. Out of envy, people exaggerate, inflaming both to harm and kill. Out of jealousy, people use exaggeration to benefit themselves by attracting or deceiving others, damaging others' reputation and property.

By contrast, one who speaks correctly does not exaggerate, or slander, or damage the reputation and life of other people. That is a good person. The *Ten Wholesome Principles Sutra* teaches that one who does not slander or exaggerate will realize three merits.

1. One will be loved and respected by the wise;
2. One is able to answer difficult questions;
3. One will have a life of trust, prestige and, nobility

Even if we exaggerate when trying to benefit other people, we are harming ourselves. Positive or negative exaggerations are both kinds of lies. Only speaking truth is valuable. If we exaggerate or lie, we lose our own merit. We should avoid people who tell any kind of lies. They will speak ill of anyone.

A liar is like a poisonous snake. So, Buddha taught his son Rahula: "Just as we cannot drink water that has been used to wash our feet," Buddha advises us to avoid liars.
We should not befriend a liar, nor should we ourselves tell lies. If we happen to meet a liar, keeping silent is the best course. If someone says something good and true about a person, that is not exaggeration. When one speaks ill about another, we should ask ourselves if this is true. If not, then that person is slandering the other.

Whether someone speaks good or ill of a person, we should not believe their words right away. We need to consider and, think whether it is right or wrong, and after that we can trust our judgment. If we do not consider things carefully, then we become thoughtless people, who will follow other thoughtless people. A person who lacks consideration usually faces bad karma and has to accept a life of suffering.

The Sixth Wholesome Principle—Not Slandering

In life there are many talkative people. They might say one thing, and then a moment later contradict themselves. They take the right way to be the wrong, and they take the wrong way to be the right. They keep turning things over like a person cooking a griddle cake.

We should avoid people like this. They often get together to speak ill of others, to provoke, to create hostility. They talk and talk, turning people against each other.

A person who avoids gainsaying makes no trouble among their friends and relatives. She is respected by all to comfort others, to advise and lead people to unity and friendship. This person is respected and loved everywhere she goes. When difficulties arise, she will resolve the matter easily.

A person who avoids gainsaying always use harmonious words, helping people to live peacefully and happily in society. In ancient times, in the Three Kingdoms Era in China, there were experts who travelled about and gave speeches. As scholars, they had wide knowledge and deep understanding. Their kindness and skillful speech drew many people. Often, the kings sent them to other countries to speak. They had the ability to analyze the strengths and weaknesses of these countries, along with the benefits and dangers, and to eventually persuade an opponent to withdraw or stop the course of war. In time, ambassadors from distant parts of the world—such as the Middle East and Africa–sent for them to settle their disputes. Settling such disputes is the work of clear speakers.

The *Ten Wholesome Principles Sutra* says that anyone who preaches mediation and compromise will gain five strengths that cannot be destroyed.

1. With no intention to do harm, he plants good seeds that remain in body and mind.
2. He is a child in a good family who never divides parents, relatives, and friends.
3. He maintains faith which harmonizes with past lives.
4. He is morally stable because he is stable in practice.
5. He always has good friends because he does not lie.

Therefore, followers must keep and protect this principle. Never lie, and always speak in a kind manner. This kind of speech gathers great merit.

Slander and gainsaying is telling lies by contradiction, taking right events as wrong; taking wrong as right. Therefore, gainsayers are often talkative, back and forth. We should avoid them; keep them at a distance. They are not trustworthy and should not be offered important tasks. They are greedy and endlessly mischievous.

If we live close to the home of a gainsayer, we should move away. Otherwise, we will be uneasy, and sooner or later we will lose our peace of mind. We should not befriend gainsayers. It is best to live at a distance from those who lie, exaggerate, and gainsay because they will harm us one way or another.

The Seventh Wholesome Principle—Not Speaking Cruelly

Cruel words are slander and calumniation; wicked speech about other people. People who slander always look for what is bad in other people. One who speaks cruelly is rough and rude, falling into abuse, using poisonous swear words that frighten people. Such a person doesn't know right from wrong, doesn't know how to make amends. He or she has lost all sense of shame and is incorrigible. His way is to force other people to be under his control, to submit. He looks for tricks to kill or rid himself of those above him.

According to the law of Cause and Effect, anyone using cruel words to harm others will inevitably harm him or herself. They think that speaking cruelly and untruthfully will either scare people or make people admire them. For example, that person might say:

1. If I lie, if I am deceitful, may I die.
2. If others are deceitful to me, God will let them die.
3. If I speak cruel words and lie, when I step into the street, may a car run me down and kill me.

Such are oaths blithely spoken by cruel people. Those who avoid cruelty use kindness to create a sense of warmth and peace. A Vietnamese proverb says, "Kind words penetrate to your bones." Or "There is no price for kind words. They cost nothing. Choose words to bring happiness to yourself and others."

Those who avoid cruel words speak sweetly, smoothly, flexibly, politely, and gently. Such words express altruistic, compassionate mind. The *Ten Wholesome Principles Sutra*

teaches that one who avoids cruel words receives eight
blessings.

1. They won't use wrong speech.
2. Their every word is beneficial and useful.
3. Their every word is right and true.
4. Their spoken words are wise.
5. People love, listen to, and obey their words.
6. People believe and apply their words.
7. No one will denigrate, criticize, or find fault with their words.
8. People will love them for their words.

Cruel people speak cruel words, which kind people never use.
When we meet cruel people, we hear the cruelty in their spoken
words. In a moment, arrogant words reveal a person's mind.

There are many kinds of cruel words.
1. Scolding
2. Swear words or oaths
3. Speaking ill of others
4. Critical words
5. Bad language
6. Words that fuel the fires of conflict
7. Curse words
8. Lies
9. Exaggeration
10. Gainsaying
11. Violent language
12. Slander
13. Flattery

The Eighth Wholesome Principle—Not Being Greedy

The root of death and rebirth is desire. There are five desires.

1. Property and wealth
2. Beauty
3. Fame and power
4. Food and drink
5. Sleep

On this planet, no one can avoid the five desires. So, this is people's problem. When desire asks you to do something, you do it at once. Often, in the moment we satisfy a desire we feel happy and excited. When unsatisfied we feel grief and regret.

In this life, desire for money and property has no end. This is like a pocket with no bottom. If we have one dollar, we want to have ten. If we have ten dollars, we wish for a hundred. It is never enough.

Therefore, all our life we are driven to work very hard. We have no time to relax and enjoy things. Usually we say that we are working for happiness in the future. Still, all through life, we seem to have no time for happiness. Although our house is full of things, because of greed we never feel we have enough. The Ancients say, "If we see that we have enough, that is enough. If we wait to have enough, it is never enough."

We have been talking about being greedy for things, for property. But there is also greed for beauty and loveliness. Being greedy for beauty, we spend a lot of money, great physical and mental effort, and become weak.

Clearly understand this. Someone passionately filled with sexual desire spends his family's wealth. There is a popular Vietnamese song stating: "The wind blows the banana leaves in your backyard. You dote on your lover and abandon your children."

If we would like to manage our sexual desire, we can contemplate our body and others': growing from childhood we become an elderly person with wrinkled skin, white hair, no teeth, trembling as we walk. Then we wonder if we have the energy to run after beauty? Our body ages. That is impermanence. When we are aware of this, then sexual desire cannot rule us.

We should contemplate our body which encompasses many impurities—such as blood, spit, sweat, urine, and dung. The Buddha would describe us as "stinking skin bags." If that contemplation is not sufficient to control our sexual desire, then contemplate nine images of our self as a dead body—with flesh full of maggots, torn apart by vultures and foxes, *etc*…. Then our body becomes a skeleton, just bones. Finally, the bones dissolve into white dust which is carried far away by the wind. Nothing is left.

To summarize: desiring wealth, we endure hard work— working day and night, sometimes weekends. Especially a businessman, who cannot enjoy eating, cannot enjoy sleeping. They think and think, and fear that people will take advantage of them. Even on holiday or vacation they carry their cellphones to stay connected. They have no way to relax or to find peace.

Those for whom self-knowledge is enough are not caught by desire for wealth. They can find peace. The more things people have, the more they suffer. A practitioner who lives simply and eats simply has joy, peace, and no troubles. If we wish to have a peaceful life, we should eat simply and sleep where we can. There is no need to have a castle or a big house full of conveniences and rich food.

In ancient times Buddhist nuns and monks had only three robes and a bowl. Begging for food, they ate whatever people offered them. They slept under the trees. To avoid attachment, they never stayed in one place too long.

Greedy for fame, reputation, and authority, we may flatter and bribe high officials for position. But still one worries that someday another person will gain our position. A proverb says, "The higher the fame, the greater the suffering." Buddhist monks and nuns are free from desire. They do not become proud when appointed a National Teacher or are appointed to an important job in the congregation. They do not wait to be consecrated as a bishop or a great teacher. Lay Buddhists are often too busy to take care of themselves, not to mention to make time for playing with their family, wife and kids. To such people, practice is extremely difficult.

A lay person might complain, "Sir, I would really like to take up the practice of Buddhism. The temple environment is so peaceful. I love it. But I can't abandon my business. If I leave it for even one day my business will fail. I will try to join the order in a few years, when I can train some new managers..."

Some people are greedy for the food of strange animals like snakes or turtles. Newspapers report on restaurants that serve poison seafood, sending people to the hospital. Such people treat their bodies badly and succumb to illness that is difficult to cure. People greedy for such food are hard on their liver, kidneys, and intestines. Their stomach, kidneys, and heart suffer.

Even if lay Buddhists cannot yet become vegetarian, they should try keeping a few vegetarian days each month. Eating vegetables is a way to practice kindness for animals and to promote our own good health. Plant food is easier to digest than animal food. The flesh of some animals and fish are contaminated by germs. And animals feel pain, fear, suffering, and anger before they are slaughtered. When we eat them, we will be affected by their emotions.

Greed for Sleep

Sleeping too much, going to bed early and waking up late creates obesity and illness. Too much sleep brings a dark mind, laziness, loss of self-control and willpower. Someone like that lives at the expense of society, just as a liana vine lives on a tree. To conquer desire we should have the strength to contemplate and cultivate deep wisdom. Then we can gather just enough virtue. We can live simply, self-sufficiently, in peace and nobility. The way to reach the first stage of *samadhi* is to be aware of the detriments of craving mind, and the essential benefits of eradication of craving mind and unwholesome deeds.

We need to use all our strong will to conquer our craving mind, and master the circumstances surrounding us with traps and temptation. This is the way to a peaceful life. This is the revolutionary approach to freedom from poverty and suffering.

The United Nations recommends that if the families and society of rich Western nations do not waste food, then the amount of saved food would suffice to feed the hungry and poor people of Asia and Africa.

To be free from our desire mind does not mean to lose one's way of living or to tire of the world. Not to desire material things means not to cling to them. It does not mean to throw away everything you own or to stop working.

Remember, life is just a way to pay for our karma and not to drown in sensual pleasures. The *Ten Wholesome Principles Sutra* teaches us that one who doesn't desire things will receive five blessings.

1. The Karma of Body, Speech, and Mind are at peace.
2. We can use our property without fearing harm from anyone.
3. It is our good fortune to have everything we need.
4. Our kingdom is peaceful because precious things are freely offered by the people.
5. We benefit a hundredfold in our lives because in the past we had no stinginess.

Buddhist disciples not only abandon greed, but they give alms. To give alms is not to hold onto property, but to share with poor people without seeking name and gain. With a giving mind we feel peace. We sleep well, are free from illness and suffering.

Those who have much wealth and property are exhausted by worry. Caught in the cycle of birth and death, they move very slowly to the Buddha Land.

The Ninth Wholesome Principle—Not Being Angry

Buddhist practitioners train ourselves to be free of anger. Facing other people, we try not to let circumstances make us angry. When bad things happen, we wear a serene expression. Often, when we have a pleasant facial appearance and something happens against our wishes, then our facial appearance suddenly changes, scowls, and turns red. Thus we are not really practicing. Practicing the Ten Wholesome Principles, we always maintain harmonious and virtuous behavior, and do not fly into a passion. The sutra teaches that, "When one angry thought arises, it causes a hundred thousand damages." Ancient people also say, "One spark of anger will consume a forest of blessings."

When we do not restrain our anger, we can be careless in speech and action. When we calm down, we feel shame and regret. Because of misunderstanding, a small detail can become a very large matter. There was a couple practicing Buddhism at a temple. The wife saw her husband attending to her friend. The wife became jealous and the couple quarreled. After that, they didn't go to the temple together and gave up their "prayer group." (This is a Mahayana group that recites sutras for those who have died.) If teachers and friends did not intercede, they would have given up Buddhism altogether. Angry mind arises in many ways. One can commit murder, or suicide, or be imprisoned for life. So, a practitioner should be aware that anger brings great damage. If a monk or nun loses their composure, they lose the love of the people. We need a strong will to conquer anger. Anger flows as water falls. If we wish to control our mind fully, without a minute of angry mind, then we should practice with determination, without reacting to outside things.

Often someone will advise us to drink a cup of cold water when we have a hot temper. Actually, when drinking the water, ones outburst of temper may fade, but it can continue and grow in your sitting meditation. To heal an angry mind we should practice compassion. Then we will have a happy and peaceful life when we forgive and love others.

Generally, we can forgive the elder or contemplate sympathy for those who are suffering. One man may have had some great sadness causing him to use harsh words. Another women may misunderstand me and speak unskillfully. We have to place ourselves in another's situation and see how we respond.

To heal an angry mind, one Zen master taught us to contemplate emptiness. This body is empty and words are like the wind. Actually, it is not easy to contemplate emptiness. Another Zen master taught that "breathing in, I know I am angry; breathing out, I know that anger is still in my mind." Or reading one poem or one verse silently, each sentence is a breath in and out. This method reduces our anger.

To heal an angry mind, we have to practice disassembling the self. We are angry because we cling to the self. We think that body, mind, and belonging are the true self, so we are angry. For example, when a younger person comes to the temple, he always stands in front of me and chants loudly, so that all the other voices are lost. I feel disrespected and become angry, and that is clinging to the self. We must practice compassion, too. For example, someone who does not practice the dharma suffers; they have bad thoughts and do bad things. People who do not know how to practice may talk and act unskillfully. But I've been practicing for years and should not be like that. There is nothing to be angry about. I promise to forgive others. In deep contemplation, we see we have made some mistakes, and we should repent. Then all will be fine. We acknowledge our faults and our errors, without blaming others. Remember, we have to practice with enough courage, sincerity, and faith to admit our errors. We must apologize wholeheartedly, like pouring boiling water on ice. Our accumulated anger will dissolve.

The *Ten Wholesome Principles Sutra* says that, "Anyone who can control their angry mind will receive Eight Blessings."

1. An undamaged mind
2. A mind free from anger
3. A unified mind
4. A humble, soft, straightforward mind
5. A mind of compassion and lovingkindness like Buddha
6. A peaceful mind that is useful to people
7. A noble and composed demeanor, respected by people
8. A gentle and enduring character, going to heaven after death

The Tenth Wholesome Principle—Not Falling into Delusion

A person free from delusion has the Right View, knowing clear discernment. He does not excuse, defend, or hide his ignorance. Neither does he insist on his own self-knowledge. Furthermore, Right View means not to hold to false views or superstition.

An undeluded person understands deeply the laws of cause and effect, and the circle of rebirth. So, he or she never sins, and always generates compassion and good will for others. He or she always looks toward the Dharma to see the roots of delusion, to release clinging thoughts, and to make an effort every day to reach the shore of liberation.

In order to practice mindfulness, we must have a steady mind, free from sleepiness. This is a common problem for practitioners. If we are not aware of our sleepiness, then we may fall into a drifting mind of obscurity. After periods of meditation, some practitioners think that they are experiencing *samadhi* (tranquility, concentration—Right Concentration). How could one experience *samadhi*, when one is filled with greed, anger, and delusion, failing to maintain the precepts?

The Buddha taught that the way to be free is to study the Threefold Training: Precepts, Concentration, and Wisdom. By steadily maintaining the precepts, preventing and destroying evil deeds, creating and increasing good deeds, a practitioner "abandons passionate and sensual desires, and let go of unwholesome deeds." He or she enters the First *Samadhi*.

Precepts create Concentration, and Concentration creates Wisdom. Ancient practitioners taught, "Without renouncing anger and its karma, it does no good for a practitioner just to eat vegetables. One must also avoid restless thoughts, rumination, and regrets from the past.

Summary

When Buddhist practitioners keep the principle of no delusion, first of all we do not use intoxicants. Alcohol obscures the mind, leading us into mistaken speech and action, putting us in danger. While practicing we should maintain a steady schedule. Eat moderately only at regular times; don't stay up late. Practicing when one is always tired is not beneficial at all. Meditation practitioners need to remember that sleepy, uneasy, tense, and regretful states of mind are hindrances leading to delusion.

Anyone who follows the Ten Principles dispels delusion and achieves ten virtues as the *Ten Wholesome Principles Sutra* teaches. They will:

1. Attain true happiness and have good friends.
2. Deeply trust cause and effect. It is better to die than to do bad deeds.
3. Take refuge only in Buddha, not in angels or beliefs of other religions.
4. Have a straight mind and right view.
5. Go to heaven after death, not to one of the three bad realms.
6. Have great wisdom and accumulate good fortune.
7. End all bad habits and study the right way.
8. End bad karma and clinging to self.
9. Remain in right view.
10. Avoid danger and cruelty.

Living According to Ten Wholesome Principles

One who lives according to the Ten Wholesome Principles usually restrains their heedless mind, abandons bad deeds, and decides to do good. This is following the right path. Living with the Ten Wholesome Principles, only wise ones understand their benefits in life. So, when he or she decides to practice this way, they transcend pain, grief, sorrow, and lamentation.

If we wish to have blessings, we should put an end to the ten bad deeds. Every day we try to live well. Each time we remove one bad deed, a good deed appears right away. This brings peace and happiness.

We see that these Ten Wholesome Principles help each of us and society to find peace and order. When someone chooses to practice these ten aspects of the Buddha's teachings, and is completely immersed in the teachings, one will realize the following four advantages.

1. Our body and mind become kind and beautiful. The actions of body, speech, and mind reveal virtue. The mind of killing and the mind of cruelty disappear gradually. Compassionate mind is clear. We love people and animals equally. We return kindness for enmity, therefore our enemies show us favor and love.
2. Anger does not arise in any circumstance. Anger and hatred no longer show on our face. This is the opportunity to practice the virtue of patient endurance, turning difficulties into good situations. Humans cease to kill one another and manifest a heart of mutual assistance.

3. We have the chance to hear the King of the Heavenly Realm give a lecture, which helped Subhuti by teaching the Ten Wholesome Principles to overcome the body's illness and attain freedom of mind.

4. When a practitioner determines to live according to the Ten Wholesome Principles, he or she will surely be reborn in a family of wealth, virtue, morality, peace, and happiness. If one does not live with the Ten Wholesome Principles, even if one wishes to live in the Buddha's land, it will be impossible. Buddhas and saints in three lifetimes and ten direction attain freedom from birth and death and become arahants by living according to these Ten Wholesome Principles as a foundation for practice.

The Ten Wholesome Principles have the power to help us avoid cruelty, and therefore have a happy and peaceful life. These Principles help our body, speech, and mind avoid faults and sins, becoming calm and peaceful. With tranquility, we transcend birth and death, and find happiness. In every situation, good or bad, we are free from hindrance. So, one who lives according these Ten Wholesome Principles has all the happiness in the world.

When the ten thousand things raise no obstacles in our body and mind, suffering will gradually end, and we will live in natural peace. Therefore, our body will become free from sickness, our mind will be free, and our life will be filled with happiness.

Living according to the Ten Wholesome Principles allows us to avoid falling into the three suffering realms. If one can deeply enter these Ten Wholesome Principles, one will be in Nirvana forever. We advise everyone to practice the

Buddha's way and take up these Ten Wholesome Principles which are the fundamental roots of liberation in Buddhism.

These Ten Wholesome Principles help people from the beginning of their Buddhist practice, through to the great fruit of liberation. If one has an ardent practice, every day he or she will surely overcome suffering.

Harmony in Good Dharma

Bhagavan, the Heavenly King's assistant, tuned the strings of his instrument and stood in front of the venerable Subhuti. He sang a song about practicing in the Heavenly King Sakra Indra Devanam's realm.

> We do not kill
> Then the mind is unconfused
> And defilements have ended
> May we quickly return to holy mindful realms
> Let the mind overcome material obstacles
> We govern Mara and demons
> Merit and virtue are like an ocean
> Absorbed in Samadhi
> The Wisdom Eye is like a pure lotus
> Not clinging to material form
> Then Samadhi naturally appears
> Four formless rivers flow from the source
> Wise understanding of old age and sickness
> Overcomes misfortune
> May the Holy One be mindful and awake
> Five hundred holy realms
> Sakra Indra Devanam himself comes
> To meet the True Buddha
> In dharma, may we be in harmony
> —*Ekottara Agama*

In the verses above, Sakra Indra Devanam, the Heavenly King, teaches us to avoid killing. By not killing, the ties of attachment end. No more clinging, no confusion. The mind's dust will disappear. With mindfulness and awakening the inner mind of suffering, pain, affliction, and fear falls away. The ten thousand things are no longer a hindrance. In all circumstances—good and bad, inside or outside—he or she will find merit and virtue as great as Mount Meru, as wide as an ocean, beyond compare.

The original mind of a sentient being is not afflicted nor does it cling to anything. But in delusion, we cling to self and to what is mine, so suffering and attachment appear. A sentient being's mind is often in suchness, joy, selflessness, and tranquility. But we become greedy, angry, and deluded when we are in contact with outside phenomena. That's when we lean on the Six External Spheres (sense objects).

If we want to control old age and sickness, we must keep a happy mind, not allowing grief and sorrow to enter. Protecting our mind means living in accord with Ten Wholesome Principles. Then sickness and suffering gradually are reduced. The *Ekottara Agama* teaches, "Overcoming form means not to be affected by form, not to be enslaved by form any longer."

After the Bhagavan played and sang, the holy one Subhuti offered praise: "The way that voice and melody harmonize with each other, the voice is not separate from the melody and the melody is not separate from the voice."

Living with Ten Wholesome Principles, our body and mind must harmonize with all things. This means we depend on all sentient beings, and understand that "being" means our own body and mind. Our body/mind is a sentient being.

Living with Ten Wholesome Principles, the most important contemplative practice is harmonizing with nature. If a practitioner cannot harmonize with nature, then practicing the Ten Wholesome Principles only gets you halfway.

The *Ekottara Agama* says, "Good, good, Bhagavan. Right now, the voice and melody blend. Melody is bound up with the voice. The voice is bound up with the melody. These two aspects merge into beautiful sound."

To overcome sorrow and grief, a practitioner must see clearly that the Ten Wholesome Principles and harmony are one. According to the nature of beings we must respond with psychological subtlety. That is the miracle necessary for those who seek true happiness in this life.

Ten Wholesome Principles is the way to harmonize Universal External Nature with our own nature. Universal External Nature and mind depend on each other to attain complete freedom. Universal External Nature is not a hindrance. This is our mind, and our mind is Universal External nature. The Ten Wholesome principles constitute our mind, and our mind is the Ten Wholesome Principles.

We must understand that the Ten Wholesome Principles, our mind, and Dharma, are the nature of the universe, stillness and arising. So, from action to concentration, from darkness to light, all are free. This is the source of mutual support and lovingkindness for all beings.

Someone may ask: "Living with these Ten Wholesome Principles, how is it we have no more sickness? The answer is this.

1. As we all know, having a body means having karma, which is bodily action. We have to eat and drink to live. This is karma, which means we have birth, old age,

sickness, and death. Anyone with a body knows this clearly.

2. Our karma usually takes place in three times: past, present, and future. The strong function of thought causes bodily karma.

Delusion creates the conditions for life. Because of our delusions, all of us have karma, bodily action. In the form of our body we experience many kinds of illness and disabilities. Mind, which is part of our spirit, is affected by the body. Attaching to our body when we are ill, our mind is worried, nervous, and miserable.

If we wish to overcome sickness in our body and pain in our mind, then we must live with Ten Wholesome Principles, because this is the way to release ourselves from the suffering of body, speech, and mind. Cruelty slowly ebbs away and goodness increases.

Living with Ten Wholesome Principles, we can see that the magnetic field of good karma covers all sickness and suffering, including birth and death. If we desire good karma in body, speech, and mind, then we can overcome sickness, disaster, suffering, and sorrow in our lives. On the other hand, when our body, speech, and mind bring forth cruelty, then we become sick, angry, and anxious right away.

If we wish to overcome sickness in body and pain in mind, then we must live with Ten Wholesome Principles, because this is the way to release ourselves from the suffering of body, speech, and mind. Cruelty slowly ebbs away and goodness increases. Carrying forward body, speech, and mind with Ten Wholesome Principles, suffering turns into peace and joy, sickness turns into health and longevity. Good karma protects and releases us from that suffering. If someone curses and insults us, then we must not return that curse and insult. We must be patient. Chaotic circumstances will become tranquil, and a state of woe will become bliss. That is the practice of Ten Wholesome Principles.

Sakra Indra Devanam asked Subhuti, "How does good karma increase and decrease?" This question asks whether living with these Principles will overcome suffering and sickness.

In order to answer this question, we must contemplate the cause of sickness. The more clearly we see the source of sickness, the more deeply we understand the connection between the Ten Wholesome Principles and cause and effect. We learn to trust the Ten Wholesome Principles. From now on, we must actively live by the Ten Wholesome Principles as follows:

1- We must right away end our misdeeds and cruelty, great or small.
2- We must have patient endurance, returning good for evil, forgiving the mistakes others by way of true love and compassion.

Sakra Indra Devanam explains that the Ten Wholesome Principles shield us from illness. He also asks: "where does bodily sickness come from?" Sakra Indra Devanam opens a door of liberation and helps us contemplate our bodily karma. We leave it up to you to contemplate your bodily karma to find out where it come from. What creates illness? Who creates bodily sickness?

Contemplating each of these questions one by one, we will come to an understanding. If the body has no mind, then—like a corpse—we feel no pain. If the mind has no body, then what is sickness? Since mind itself originally has no form or shape, where does sickness come from?

Sakra Indra Devanam, the Heavenly King, asked further of the holy one Subhuti, "Does a person's sickness come from their body or from mind?"

Sakra Indra Devanam opens the gate of no-sickness for all to enter. But if people are not ardent and patient in their contemplation, bringing themselves and others to practice the Ten Wholesome Principles in their daily life, then how will they receive the blessings of being reborn in a realm without sickness?

All those who practice the Ten Wholesome Principles have to admit that the universe, with its ten thousand things, is a great obstacle. Practicing the Ten Wholesome Principles, we thoroughly contemplate the roots of suffering.

Reading the *Ekottara Agama* we understand that the Buddha taught people the clarity of contemplation. In contemplation, we deepen our understanding of Buddha Dharma. But contemplation is not like studying in school. It is how we look at ourselves mindfully, seeing that our true nature and our self are not two. When we understand this, then we can harmonize with nature, and all obstacles disappear.

Buddha understood that people cannot answer such questions by doing research into birth, old age, sickness, and death. Subhuti answered the above questions for Buddha to make it easier to understand. So, we can do further research and discovery. Nevertheless, these answers are Buddha's and Subhuti's, not ours. Therefore, we should not take their answers as ours, regurgitating them, following an old trail without independent contemplation. An analogy for such practice is using a rock to cover the grass. This kind of practice is an unhealthy expression of the Ten Wholesome Principles. Practice like this will never reach true happiness, even though one spends a thousand years in practice.

In contemplation we borrow the Buddha and Ancestors' ideas for practice, and we contemplate ourselves. By oneself one opens the gates of the whole world. With perfect contemplation we are free from the afflictions of mind here and now. We can rise like an eagle, stretch our wings, and fly away into the sky.

Conditions Come Together and Conditions Fall Apart

At this time, Holy Subhuti said, "Good, good..."

> Dharma, Dharma—self-arising
> Dharma, Dharma—self-destroying
> Dharma, Dharma—in constant motion
> Dharma, Dharma—the self disappears of itself

—Ekottara Agama

If we talk about the Buddhist principle of cause and effect, the ten thousand things are created by conditions coming together, not by an all-powerful god. So, the suffering, sorrow, illness, and accidents of sentient beings are not caused by another, but by one's own actions.

If sufficient conditions come together, ten thousand things arise. If conditions are insufficient, then these things do not arise. For example, an oil lamp has a wick, oil, globe, and flame. If there is no oil, then the lamp cannot be lit. All suffering arises from various conditions, not by accident.

The sutra says: "Dharma, Dharma—self-creating." When contemplating the circular law of birth and death, there is birth because there is death; there is death because there is birth. We create the seeds of birth and death ourselves. We bring suffering and illness to ourselves. Yet every time something goes wrong in our lives, we pray to God, Buddha, or the Holy Ones. But how can they save us from unhappiness? Prayer is only a method to find solace for our soul, our heart, and mind. It cannot really help us. We create suffering by ourselves. We must accept the consequences. All things happen due to conditions, not by accident.

For example: a high wind brings down trees and collapses houses. People die. That is "conditions falling apart." Conditions coming together is birth; conditions falling apart is death. The birth and death of ten thousand things is all due to conditions. The *Ekottara Agama* teaches: "Dharma, Dharma—self-destroying."

Contemplate the principle that the ten thousand things in the universe consist of conditions coming together and conditions falling apart. They are created and destroyed. Nothing in the universe has a separate self. All things exist in the flow of creation and destruction of conditions. No one can create or destroy these things.

Even when Venerable Shakyamuni practiced and became a Buddha, he could not rescue people from suffering. He could only remind and skillfully advise them to practice themselves. "All of you should light a torch to light the path as you walk. I cannot walk that path for you."

Reading this sutra, we must consider ourselves, and that consideration will help us conquer the pain and suffering of body and mind. Nature arises with conditions coming together, and disappears when conditions fall apart. Self-creating and self-destroying are aspects of action. Nature is always in motion. Because of action, there are countless beings. Our clinging thoughts lead us to believe in such things as a "true self," body and mind. There is suffering, sorrow, and grief in people's lives. If we have no greed, then we will not curse and scold each other. If there is no winning and losing, then we will have no anger. When we see this, then we can restrain our anger, and our mind can be relaxed and naturally at peace.

When causes and conditions arise inside and outside our body, there is anger and suffering. If there are conditions inside and no conditions outside, or conditions outside and no conditions inside, then no anger arises. If there are conditions inside and outside, then, of course, anger arises. This is the common state of sentient beings.

Everything happens because there are sufficient causes. Life flows from conditions coming together and conditions falling apart. So, our body and mind endure pain, grief, anger, love, hatred, worry, fear, separation, birth and death. A practitioner has to endure all this and try hard to contemplate the twelve links of cause and effect.6 He or she must live with the unmoving mind of nature. Because nature is originally tranquil, when we return to a mind that is unmoving, calm, peaceful, and joyous, with nothing to accomplish, then we come to the end of suffering, sorrow, birth, and death. Practicing in this state is enlightenment or total freedom.

If we know how to manage the ten thousand troubling things, then our body and mind will become tranquil. But we must have a strong will to accomplish this, to free our mind from hindrances.

Most of us suffer. It is one thing or another. Furthermore, the body is subject to illness, serious or slight. A practitioner must know about cause and effect. Which means we use the absence of illness and sorrow to manage illness and sorrow

A long time ago on Mount Enmei, Venerable Manjusri ordered his attendant Sudhana to collect medicinal herbs. He

6 This is the Buddha's teaching of Dependent Origination or *Pratityasamutpada* in Sanskrit.

said to Sudhana, "Go to the forest and collect an herb that is not medicine. That is the cure for the illness that is not illness."

Subhuti teaches Indra, "If there is poison, then there must be an antidote."

—Ekottara Agama

Sentient beings thoughts carry poison that lead us to harm ourselves unknowingly. There are many antidotes, but the first medicine is the Ten Wholesome Principles. Without this medicine, people cannot cure suffering, and we will never be free from poisons.

When a thought arises from greed, anger, and delusion, then right at that moment we must recognize it as deluded thought. To control delusion, we must right away replace it with a different thought. We use right mindfulness to destroy false mindfulness.

When a practitioner does this, he or she cuts off greed, anger, and delusion. The more deeply we practice this, the more we escape the cloud of grief that obscures our body and mind. The Eightfold Path is the way to freedom, making a clean sweep of all defilements, maintaining our mind in suchness and peace.

The Holy One, Subhuti, taught:

> Listen, Heaven King!
> Dharma, Dharma appears and is active.
> Dharma, Dharma, disappears itself.
> Dharma arises contingent on dharmas.

—Ekottara Agama

From this fact comes all other facts. Anger arises for one person based on another's anger. The same is true of sorrow. This is the meaning of Subhuti's words, "Dharma arises contingent on dharmas."

All things and beings in the universe are always active, just like our thinking mind. From one thought to another thought, all through life our mind is restless, except when we are deep asleep. So, the *Agama Sutra* teaches, "Dharma, dharma appears and is constantly in motion."

Our original mind is without anger, sorrow, greed, and clinging. It is pure and tranquil. But in contact with others it moves. So, the *Ekottara Agama* teaches, "Dharma, dharma, disappears itself."

Conditions coming together and conditions falling apart are all active. Because action creates nature, therefore, each being has two active aspects, mental and physical.

Natural objects are all active. We are a part of nature. How could we not be active? Because we are active, distinctions arise in mind which bring forth preferences, sorrow, anger, love, hatred, and so on.

We also know that the original mind is tranquil. So, we use right thought to replace false thought. Our minds settle in happiness and unmoving peace. Filled with joy, with nothing to accomplish, we come to live in the here and now. The *Ekottara Agama* says, "Use the Bright Dharma to manage the Dark Dharma." This is how tranquility vanquishes activity. False view is greedy, angry, and deluded thinking that brings suffering, sorrow, anger, love, and hatred. When we call up Right Dharma (which is Right View, Right Thought, Right Speech, etc.), we return to the state of tranquility and break with the suffering mind. Once more we recall these words from the *Agama Sutra*:

> Listen, Indra!!
> Dharma, Dharma appears and is in constant motion.
> Dharma, Dharma, disappears of itself.
> Dharma arises contingent on dharmas.
> Dark Dharma is governed by Bright Dharma.
> Bright Dharma is governed by the Dark.

Working Out How to Live According to Ten Wholesome Principles

The *Ekottara Agama* teaches: "The treatment for sexual desire is to contemplate impurity." Seeing a woman's beauty, as the greedy mind of desire arises, we have to contemplate the body's impurities as an antidote. We have to remember that all natural things are impure, have a defiled form—they are easily infected, prone to bad smells, even when they appear attractive.

To control sexual desire, our immediate experience is the only way to manage it. We must see with our eyes, hear with our ears, smell with our nose, touch another body with our hands. We contemplate the unpleasant nature of the body. When we encounter what most people see as beauty, we recognize that distasteful reality is also right there.

To control and let go of sexual desire, we must see thoroughly that "wherever there is pleasure, there is suffering." This suffering reminds us to wake up in our search for pleasure.

In terms of body and mind— bone, teeth, skin, hair, sputum, blood, and flesh are all impure. In terms of spirit, we are also easily contaminated, attached to the forms of nature. Thus, the more our greed arises, the more countless sufferings we will meet. Those who live with the Ten Principles not only must embody the Buddha's teaching of the Ten Principles but also look thoroughly at all the objects of the world surrounding us.

Those who wants to cure their heavy anger, must use benevolence. They must use compassion to forgive and love those who make mistakes, those who are devilish, greedy, jealous, etc. Why? These beings lack moral education. The light of the truth does not shine in their minds. Therefore, they always cling to material things and bear much pain.

Those living in accord with the Ten Wholesome Principles must deeply understand the laws of cause and effect, use right view, and always practice loving kindness with everyone. Thereafter, our pain and anger will end.

We must be aware that our selfishness and pettiness is poison to our soul. Only loving kindness saves us for a life of peace and happiness. If we want to be free from ignorance but do not practice Buddhism, how can we have the wisdom of enlightenment? How we control our thoughts and understand our nature? Deluded people have no way to apply the Buddha's teachings. Lacking knowledge, deluded beings are caught in suffering and anger, enslaved by material things.

One who lives with the Ten Wholesome Principles must know how to use the Buddha's contemplation on the *Agama Way* or the Great Vehicle to address all afflictions. Only then can we clearly see that all things in the natural universe arise as conditions coming together. These things are not created by the magical power of a god.

Examine our life. The self is empty, the person is empty, all ten thousand forms are empty. The *Ekottara Agama* teaches, "Subhuti told the Heaven King that all phenomena return to emptiness. There is no self, no birth and death, no person, no man, no woman, no form."

Here we listen to the Buddha: All phenomena in the world return to emptiness. Nevertheless, if we say that all things in front of our eyes have no substance, then the teaching contradicts itself. To understand form and emptiness we have to look deeply at nature as empty. For example, to build a house, we assemble it from many things: rafters, columns, walls, doors, and ridgepoles. If we point to one column and say it is a home, this is mistaken.

In the *Milindapanha*7, King Milinda asks Bhikkhu Nagasena, "What is your noble name?" The monk said, "Sir, people call me Nagasena, but that is not my true self, it is just a name"

The king said, "If that is not your true self, who is offering and who is preaching, who is meditating, who is practicing, and who is seeking Nirvana? What is the true Nagasena? Are the hairs on your head Nagasena?"

"Sire, the hair is not me."

"Are the hairs on your body Nagasena?"

"Again, sire, no."

"Is the feeling of joy or sadness Nagasena?"

"Alas, no."

"Are the five aggregates and four elements Nagasena?

"Again, no."

"Aside from your body, what is Nagasena?"

"Sire, there is no Nagasena apart from my body… But, sire, what transportation brought you here today?"

"Venerable Bhikkhu, I came by chariot."

"So can you explain to me, what is the chariot? Is it the frame?"

"No it is not."

"Is it the chariot's two wheels?"

"No, Venerable monk."

"So, does any one piece make up the chariot?"

"Again, no."

---

7 *The Questions of King Milinda*—Dialogues between the sage Nagasena and the Indo-Greek King Menander of Bactria, dating from roughly 200 to 100 BCE. Part of the *Kuddhaka Nikaya* in the Pali canon.

The story of King Milinda helps us see the "no-self" nature of living beings. Life is the connection of the four elements and our consciousness. Said another way, people are formed from conditions bound up with material and mind. Material life is one of the five aggregates or *skandhas*. The mental aggregates include sensation, perception, formation, and consciousness.

Regarding space, everything in the universe is created and dependent, in relationship to everything else. Regarding time, all things are born and pass away. So, when the five aggregates fall apart, this is what we call death.

Nature uses words to create a name, but life does not have a true name. What we call a bicycle does not have an essence. Aside from its parts—the frame, wheels, spokes, pedals—there is no bicycle. Bicycle is only a name that represents the combination of parts. Venerable Subhuti offers more examples of how things combine according to conditions. When conditions cease, things fall apart. When a storm arises, an old tree with all its branches falls. A garden of flowers and fruits is washed away when heavy rain and snow falls. Those are conditions falling apart. When leaves and flowers are fading and a rain comes, they quickly come to life. Those are conditions coming together. When we look deeply, we see that sickness does not come from the mind or body, but is formed of conditions. As all things combine according to conditions, when conditions come together, they move. Moving, dharma begets dharma, dharma destroys the self, and the self returns to its unmoving state.

The *Ekottara Agama* teaches: "Dharma, Dharma—in constant motion. Dharma, Dharma—self-destroying. In the past I suffered pain and sickness. Today, I have recovered from sickness and sorrow." Subhuti asks: "What do we think? Do we get over sickness when we clearly see the origins of sickness? Is there a cause for Subhuti's recovery?"

When we contemplate the root of illness, we see that it is created from the conditions of many lifetimes. Clearly seeing the root of sickness, one's mind is calm and unafraid. When conditions combine, they become sickness, sadness, sorrow, love, hatred, and anger. When conditions cease, affliction ceases.

Understanding this principle, a practitioner accepts illness and accident, without fear. It feels good to pay our debts and create good karma. In peace, the joyful mind accepts bad karma. If we have courage and strength of mind, enduring our challenges, bad karma gradually disappears.

We can't talk about conditions coming together and conditions falling apart
without speaking of cause and effect. Cause and effect is good karma or bad karma. To control negative effects, we must understand cause and effect. This means seeing the good and bad fruits of action that lead to suffering.

So, we must always live according to the Ten Wholesome Principles, and try to sow good seeds. When enough good seeds accumulate, sorrow, grief, and suffering cease. To save ourselves from suffering, to protect our family, we must live by the Ten Wholesome Principles. Living these Principles transforms bad to good karma, turns cruel things into beneficial things. That is the way to the Buddha Land.

Lacking wisdom, we don't realize the value of these Ten Wholesome Principle. To have wisdom, we have to cultivate the Buddha's Way. Attaining the radiant wisdom of Buddhadharma, we arrive at true enlightenment and wise knowledge. From that arises lovingkindness. With lovingkindness, we easily express virtue. Our virtue is these Ten Wholesome Principles. Living with the Ten Principles we abandon cruelty and live in peace, joy, and complete happiness.

In summary, if human beings wish to transcend sickness, pain, danger, and suffering then there is no expedient better than the dharma of the Ten Wholesome Principles. Even strong medicine and good doctors cannot prevent illness. Even kings with the best physicians cannot avoid illness. We are all subject to the laws of birth and death. Studying Buddhadharma, wisely applying it in our lives, we are free from sickness, dwelling with peace and joy in body and mind.

To live this life of Ten Wholesome Principles, listen to this verse of Subhuti from the *Ekottara Agama*.

> Let's say these words:
> Understand the basics.
> The wise person is safe and at peace.
> Listening to dharma destroys all sickness.

May all of you succeed in practicing this life of happiness forever.

This book was written by Ven. Thích Thông Lạc, assisted by the daughter of Mrs. Lâm Chưởng, after she recovered from a serious illness.

Bhikkhu Thích Thông Lạc
Chơn Như Monastery
January 1, 1986

SỐNG MƯỜI ĐIỀU LÀNH
Trưởng lão THÍCH THÔNG LẠC

Đức Phật dạy La Hầu La

"Người nói dối giống như nước rửa chân, không thể dùng ăn uống được, chỉ đổ bỏ mà thôi, con ạ!"

LỜI NÓI ĐẦU

Ước vọng của nhân loại khi sanh ra đời đều mong được mạnh khỏe, sống lâu, gặp nhiều điều may mắn, nhưng có mấy ai đã được toại nguyện?

Sự thực không ai chối cãi được, vì đời người là một chuỗi ngày dài thời gian đau khổ, phiền lụy về mặt vật chất cũng như về mặt tinh thần, chẳng bao giờ có được những phút giây an vui, hạnh phúc chân thật. Sự an vui, hạnh phúc đến với mọi người giống như một giấc mơ. Bởi vậy nó đến, nó đi như nước chảy qua cầu, như bóng ngựa chạy thoáng qua cửa sổ.

Con người vốn vô minh, mê mờ không biết mọi vật trên thế gian này là vô thường, nay còn mai mất. Họ cứ mải mê chấp đắm, cho rằng mọi vật là có thật, là thường hằng bất di, bất dịch, là của mình, vì thế, nên thường dính mắc không vật này thì vật khác. Do hiểu sai lầm như vậy, nên con người tự thấy mình là trên hết trong cuộc đời này, đó là hành động suy tư để nuôi lớn bản ngã. Vì thế, bản ngã càng to thì càng tạo biết bao điều tội ác để phục vụ cho bản ngã của mình. Sự nuôi lớn bản ngã không những trong đời này, mà còn nhiều đời trước nữa.

Do từ nhiều đời làm ác, mà ngày nay phải chịu quả báo khổ sở, nhưng có mấy ai hiểu biết, nên cứ nghĩ rằng mọi sự khổ đau là do sự ngẫu nhiên, là do hoàn cảnh may rủi mang đến.

Hiểu biết như vậy, nên con người cứ mải mê chạy theo danh lợi, mà tạo ra biết bao nhiêu ác nghiệp trong một đời người. Vì thế, tội lỗi ngày càng ngập đầu, ngập cổ.

Muốn chấm dứt những hoàn cảnh khổ đau của đời sống con người, hay muốn vượt thoát khỏi cảnh ái kiết sử trói buộc, hoặc những tai nạn hiểm nghèo, những bệnh tật nan y khó trị, những sự xung đột ty hiềm, nhỏ mọn, ích kỷ, dối trá, xảo quyệt, v.v... thì hãy sống đời với Mười Điều Lành.

Mười Điều Lành là con đường đưa con người đến nơi hạnh phúc chân thật, đưa con người thoát ra mọi cảnh sống thường tình thế gian. Cảnh sống thường tình thế gian là sống chỉ biết lo cho cá nhân của mình, mà chẳng cần biết đến ai cả.

Sống đúng Mười Điều Lành là phải rèn luyện con người trở thành những người tốt đối với bản thân, đối với gia đình, đối với xã hội hiện nay và mai sau.

Sống đúng Mười Điều Lành sẽ giúp tâm tánh chúng ta luôn luôn thành thật với mình, với mọi người, hoàn toàn không dối trá, lừa đảo bất cứ một người nào. Nhờ sống như vậy lúc nào chúng ta cũng đầy đủ những đức hạnh điềm đạm, khiêm hạ, giản dị, v.v... Nhờ sống như vậy, chúng ta mới đủ sức nhẫn nại để vượt qua những cam go, thử thách của cuộc đời. Nhờ sống như vậy, chúng ta mới tìm thấy sự an vui chân thật trong lòng mình.

Sống Mười Điều Lành sẽ chuyển cảnh khổ đau, đói rét thành cảnh an vui, no ấm, và còn đưa con người đến những cảnh thuận duyên mãi mãi trong cuộc đời.

Sống Mười Điều Lành sẽ giúp cho cuộc sống của chúng ta trở thành cuộc sống đạo đức không làm khổ mình, khổ người, và cũng không làm khổ tất cả chúng sinh.

Nhất là chúng ta cố gắng sống trong Mười Điều Lành trọn vẹn, thì sẽ làm gương tốt cho mọi người cùng nhau soi. Nhờ thế bản thân được an ổn, gia đình được hạnh phúc an vui, và xã hội luôn luôn được trật tự an ninh.

Sống trong Mười Điều Lành còn giúp cho chúng ta không trở thành kẻ hung ác, điêu ngoa, xảo trá, trộm cướp, hiếp dâm, giết người, v.v... Nhờ thế, chúng ta cũng không còn lo sợ mất của cải tài sản, và bị những kẻ trộm cắp, cướp giựt hung ác giết người hãm hại chúng ta.

Và nhất là chúng ta sống đúng trong Mười Điều Lành, thì không còn sợ bị đọa vào ba đường ác nữa, tức là không tái sinh vào:

1- A Tu La là những người hay sân hận, giận dữ.

2- Ngạ Quỷ là những người đói khát, cơm không đủ ăn, áo không đủ mặc.

3- Địa Ngục là những người bệnh tật nằm liệt giường; là những tai nạn gãy tay, gãy chân; là những người mù mắt, tai điếc, hoặc tay chân tật nguyền, hoặc câm ngọng nói ấp a ấp ớ, hoặc bệnh thần kinh ngơ ngơ ngẩn ngẩn không biết thiện ác, trái phải, hoặc trí nhớ quá kém, quên trước quên sau.

Sống Mười Điều Lành sẽ giúp cho thân, khẩu, ý của chúng ta thanh tịnh, không phạm những lỗi lầm vào nghiệp ác. Nhưng ngược lại, chúng ta sống không đúng Mười Điều Lành thì ba nghiệp thân, khẩu, ý của chúng ta sẽ tạo đủ mười điều ác.

Nói về nhân quả thì người nào sống trong Mười Điều Ác thì sẽ tạo mười nhân chẳng lành; mà đã tạo mười nhân chẳng lành thì phải thọ chịu mười quả khổ đau. Mười quả khổ đau tức là địa ngục. Địa Ngục là con đường khổ đau nhất trong sáu nẻo luân hồi. Nên kinh sách Phật thường nhắc nhở chúng ta phải siêng năng tu tập ngăn ác, diệt ác pháp; sinh thiện, tăng trưởng thiện pháp, thì mới thấy sự an vui và hạnh phúc.

Bởi vậy địa ngục ở tại thế gian, chớ không có ở cõi nào cả. Chỉ có những người khéo tưởng tượng cho rằng địa ngục ở cõi âm phủ, nhưng vì họ là những người chịu ảnh hưởng mê tín, dị đoan theo truyền thống của người xưa. Chính họ cũng chẳng biết cõi âm phủ ở đâu, chỉ nghe người ta nói rồi nói theo mà thôi.

Cho nên địa ngục ở tại chỗ đau khổ của mỗi người, chớ không phải đợi chết mới xuống địa ngục để thọ chịu những cực hình đau khổ.

Vì thế địa ngục không có ở trong một cõi nào cả, mà ở ngay trong cuộc sống hiện tại của chúng ta. Nếu quý vị sống làm đủ mười điều ác, thì ngay đó chắc chắn quý vị phải chịu mười điều khổ đau chính bản thân quý vị hành hạ, chớ không có một ông vua Diêm vương nào, hay một con quỷ Dạ xoa nào tra tấn hành hạ quý vị.

Chúng ta cứ xem những kẻ một đời làm ác như: sát sanh, trộm cắp, tà dâm, nói dối, nói thêu dệt, nói lưỡi đôi chiều, nói lời hung ác, tham lam, sân hận và si mê, thì có lúc nào mà họ được an vui đâu?

Dù họ ở vào địa vị nào trong xã hội, bản thân và tâm hồn của họ vẫn đen tối và đau khổ triền miên.

Phật dạy sống đúng Mười Điều Lành là cốt yếu giúp chúng ta tạo những nhân quả lành.

Người thực hiện nhân quả lành thì luôn luôn lúc nào cũng gặp duyên lành, may mắn trong hiện tại và mai sau. Vì thế, cuộc sống của họ đều có đầy đủ phước báu; không những trong đời này được an vui, yên ổn, hạnh phúc, mà còn mãi mãi ở kiếp sau cũng được giàu sang sung sướng, đầy đủ mọi nhu cầu cần thiết của cuộc sống.

Sống với Mười Điều Lành như vậy thì phải thọ hưởng mười phước báu lớn như sau:

1) Thân không bệnh tật.
2) Thân được sống trong cảnh giàu sang.

3) Gia đình hạnh phúc, vợ chồng, hòa thuận, con cái hiếu thảo.

4) Được mọi người kính yêu tin tưởng, đồng thời luôn luôn nghe và làm theo lời dạy.

5) Trí tuệ thù thắng, thông minh sáng suốt không ai hơn, thấu suốt lý nhân quả thiện ác không còn chỗ nào bị ngăn che.

6) Lời nói thẳng thắn được mọi người kính phục và yêu mến.

7) Nói lời êm ái ngọt ngào ai nghe cũng vui mừng và yêu thích.

8) Không nói lời hung dữ hay chửi mắng to tiếng với một người nào cả.

9) Không sợ sệt bất cứ một điều gì, một hoàn cảnh nào. Không thối lui trước những nghịch cảnh. Đứng trước đám đông người phát biểu những ý kiến thì đều nói năng lưu loát, không ngập ngừng; tiếng nói sang sảng, nhiếp phục người nghe.

10) Ba nghiệp thân, khẩu, ý đều thanh tịnh, không bị nhiễm ô bởi một dục lạc nào trong thế gian này.

Cho nên ai có đủ duyên được nghe Mười Điều Lành, được thấy Mười Điều Lành, nhưng không chịu sống với Mười Điều Lành, rồi luống để một cuộc sống đời đen tối và khổ đau, thì thật là uổng phí cho một đời người chẳng ra gì. Họ cũng giống như những người giàu sang có kho báu mà không chịu đem ra dùng, chỉ đành lòng chấp nhận để "một đời lang thang, làm kẻ cùng tử". Họ chính là những người không trí tuệ, thiếu sáng suốt, vô minh, ngu si và đại dột, khờ khạo nhất, v.v... không còn chỗ nào để phê phán.

Bởi vậy, trong đời nếu ai gặp được Mười Điều Lành trong đây là người đã gieo căn lành trong nhiều kiếp, chớ không phải trong một kiếp này. Tức người ấy đã gieo sâu duyên lành với

Mười Điều Lành, nhất là thường kính trọng ba ngôi tam bảo: Phật, Pháp, Tăng.

Do gieo duyên lành này, mà ngày nay mới gặp được Mười Điều Lành. Nếu đời nay gặp Mười Điều Lành mà không thực hiện sống với Mười Điều Lành này, thì tất cả sự cung kính tôn trọng Phập, Pháp, Tăng chỉ là cơn gió thoảng bên ngoài mà thôi, chẳng có lợi ích gì thiết thực cho cuộc sống.

Do Mười Điều Lành này rất quan trọng như vậy, nên chúng tôi xin quý vị có duyên gặp nó thì hãy cố gắng sống đúng với Mười Điều Lành, thì sẽ thấy phước báu đến ngay không chờ đợi. Vì chính vừa sống đúng Mười Điều Lành này thì có sự bình an cho mình, cho mọi người và cho các loài vật.

Kính ghi!
Trưởng lão Thích Thông Lạc

TRI KIẾN GIẢI THOÁT

Con người sống trong cuộc đời này thường hoạt động tạo ra nghiệp thiện hay nghiệp ác. Nghiệp thiện hay nghiệp ác đều do Thân, Khẩu, Ý của chúng ta. Vì thế, nghiệp gồm có ba thứ:
- Thứ nhất là THÂN Nghiệp
- Thứ hai là KHẨU Nghiệp
- Thứ ba là Ý Nghiệp

Thân, Khẩu, Ý tạo ra ác nghiệp thì thân tâm chúng ta thường chịu quả khổ đau như bị bệnh tật, tai nạn, hoặc nghèo khổ cơm không đủ ăn, áo không đủ mặc, thường sống lang thang đầu đình, xó chợ, thường đi xin ăn theo chỗ đông người. Những người làm ác, cuộc sống thường xảy ra nhiều điều bất như ý, luôn luôn không thuận duyên. Họ thường sống trong nghịch cảnh, khiến cho họ phải chịu nhiều sự khổ đau liên tục.

Do Thân, Khẩu, Ý tạo ra nghiệp ác, nên họ sống với tâm trạng đau khổ; tánh tình luôn luôn hay giận hờn, có khi thương, có khi ghét, thường thay đổi nay vầy mai khác. Nhất là tâm trạng thường sợ hãi, lo lắng, buồn rầu, v.v... Cuộc sống của họ bất an như vậy.

Thấy người như vậy, chúng ta cũng cần phải quán xét lại thân phận của mình, tức là suy tư về thân, tâm, hoàn cảnh và tất cả mọi sự việc, sự vật xảy ra chung quanh cuộc sống của chúng ta, để xem xét đâu là những nguyên nhân mình đã tạo ra những sự khổ đau này, và ai là người đã gây ra sự khổ cho chúng ta, hay chính chúng ta đã tạo ra.

Cũng giống như ngày xưa, tại núi Linh Thứu, khi ông Tu Bồ Đề mắc bệnh trầm trọng, ông liền suy tư:

- Cái đau khổ của thân ta từ đâu sanh ra? Từ đâu mà nó diệt? Khi diệt nó sẽ đến chỗ nào?

Nghĩ như vậy, ông liền đến chỗ vắng vẻ, trải tọa cụ, ngồi kiết già, lưng thẳng, ý chơn chánh, chuyên một lòng suy tư về thân bệnh để cố tìm nguyên nhân và phương pháp để diệt trừ các sự đau khổ của bệnh tật.

Khi Tôn giả Tu Bồ Đề đang yên lặng suy tư để tìm nguyên nhân bệnh tật, và phương pháp diệt trừ các đau khổ do thân bệnh của mình, thì Thích Đề Hoàn Nhơn biết được tâm niệm ấy, nên cùng người đệ tử của mình là Ba Giá Tuần đến chỗ Tôn giả Tu Bồ Đề để trợ lực, nhất là giúp Ngài soi thấu được nghiệp thân, và hướng dẫn Ngài phương pháp sống MƯỜI ĐIỀU LÀNH để diệt trừ bệnh tật.

Thích Đề Hoàn Nhơn biết rất rõ, chỉ có phương pháp Mười Điều Lành mới cứu thân nghiệp khỏi bệnh tật và những tai nạn xảy ra, mà con người phải gánh chịu vì thường làm MƯỜI ĐIỀU ÁC. Cho nên vừa đến nơi thì Ba Giá Tuần đã đọc bài kệ trợ duyên:

> Nghiệp lành thoát các phược
> Ở tại núi Linh Thứu
> Thường mắc bệnh cực trọng
> Không ưa các căn bệnh
> Trông dung nhan thượng tôn
> Đã thu được phước lớn
> Trồng đức đâu hơn đây
>
> —Kinh Tăng Nhất A Hàm

Nghĩa của bài kệ này khiến cho người ta khó hiểu là ở danh từ "phược". PHƯỢC có nghĩa là bệnh tật, tai nạn, mà câu kệ thứ nhất nói rất rõ. NGHIỆP LÀNH tức là làm Mười Điều Lành. Toàn nghĩa của câu kệ này là sống với MƯỜI ĐIỀU LÀNH sẽ không còn bệnh tật hay tai nạn nào nữa cả. Ba Giá Tuần đã nêu

92

rõ: Muốn thoát ra các bệnh tật, tai nạn thì phải sống trong MƯỜI ĐIỀU LÀNH. Sống trong Mười Điều Lành thì bệnh tật, tai nạn sẽ được vượt qua, tức là sống trong nhân quả lành thì chuyển tất cả bệnh tật, tai nạn sẽ không còn nữa.

Bởi vậy, kinh Mười Điều Lành ra đời là giúp cho mọi người không còn bệnh tật nơi thân nữa, nhưng con người không đủ lòng tin với pháp môn này. Vì thế, loài người sống nuôi thân mạng bằng thân mạng của các loài chúng sinh, do đó, họ lúc nào cũng tạo ra các ác nghiệp GIẾT HẠI VÀ ĂN THỊT CHÚNG SINH: săn bắn, chài lưới, câu tôm, giết hại trâu bò, heo dê, gà vịt, v.v... để lấy thịt làm thực phẩm ăn uống hằng ngày. Thật là vô minh, sống trong nhân quả ác làm sao tránh khỏi những tai nạn bệnh tật khổ đau, vì sống bằng sự khổ đau của chúng sinh thì làm sao tránh khỏi mọi sự khổ đau.

Tại sao con người lại ưa thích ăn thịt chúng sinh?

Nói ưa thích ăn thịt chúng sinh thì không đúng, mà nói con người sống bằng thói quen ăn thịt chúng sinh là không sai. Cho nên, khi không ăn thịt chúng sinh thì sinh ra thèm khát muốn ăn.

Bởi huân tập thành một thói quen không phải trong một ngày hai ngày, mà trong nhiều ngày. Vì thế, một đứa bé mới sinh ra cha mẹ bắt đầu mớm cơm cho con ăn bằng thịt chúng sinh, cho nên, đến khôn lớn thân tâm đã nhiễm thịt cá. Vì vậy, không có thịt cá thì ăn uống cảm thấy như không ngon miệng.

Bởi vậy con người mới sinh ra đều hiền lành (nhân chi sơ tánh bổn thiện), nhưng do những người lớn đi trước như ông bà, cha mẹ, anh chị sống trong MƯỜI ĐIỀU ÁC, nên khiến cho con cháu sau này dần dần chịu ảnh hưởng thành thói quen xấu ác mà không hay biết, từ khi theo giáo pháp của đức Phật mới hay biết mình đã bị nhiễm ô những điều xấu ác. Những điều xấu ác đó đã làm cho con người đau khổ từ đời này đến đời khác.

Cho nên, khi theo Phật giáo tu tập là chúng ta diệt trừ thói quen xấu ác đó, bằng cách tập sống với MƯỜI ĐIỀU LÀNH. Khi tập sống với Mười Điều Lành như vậy, lâu ngày chúng ta trở thành thói quen tốt và hiền lành.

Nhờ sống trong thói quen tốt hiền lành, mà lần lần con người sống không làm khổ mình, khổ người và không làm khổ tất cả các loài chúng sinh khác nữa.

Sự tu hành của Phật giáo rất đơn giản, chúng ta chỉ cần thay đổi nếp sống xấu ác bằng nếp sống hiền lành. Khi nếp sống hiền lành đã được thực hiện thì mình sẽ được an vui, hạnh phúc, sống không còn khổ đau nữa.

Một người sống đúng Mười Điều Lành thì không có bệnh tật hay tai nạn khổ đau nào tác động vào thân tâm họ được. Mười Điều Lành thật là một phép mầu, giúp cho con người hoàn toàn thoát khổ. Cho nên, chúng ta phải quý trọng MƯỜI ĐIỀU LÀNH này hơn tất cả những vật quý trong thế gian này. Chỉ có nó mới giúp chúng ta thoát khổ của kiếp làm người. Xưa, Khổng Tử, nhà hiền triết Trung Quốc dạy: *"Làm người khó! Làm người khó!"*, nhưng ngược lại, đức Phật dạy Mười Điều Lành thì làm người không còn khó nữa, mà còn đem lại sự an vui và hạnh phúc cho mình, cho người. Nhưng điều quyết chắc chắn là con người sống với MƯỜI ĐIỀU LÀNH thì thân tâm không còn bệnh tật khổ đau nữa. Thân tâm không bệnh tật khổ đau nữa như trên đã nói, thì đó là đang sống trong cõi Trời.

Bởi vậy, cõi Trời không ngoài MƯỜI ĐIỀU LÀNH; nếu ai sống đúng Mười Điều Lành là đang sống trong cõi Trời. Vì thế, cõi Trời không có ở đâu xa, mà cõi Trời ở trong MƯỜI ĐIỀU LÀNH. Cho nên, cõi Trời không lìa cõi thế gian. Bởi ai sống trong Mười Điều Lành là đang sống an vui, hạnh phúc, còn ngược lại, ai sống không giữ gìn đúng Mười Điều Lành là đang ở trong cảnh giới địa ngục. Cảnh giới địa ngục là MƯỜI ĐIỀU ÁC. Như

94

vậy, địa ngục không ngoài MƯỜI ĐIỀU ÁC. Thiên đàng hay địa ngục không phải ở trên trời hay ở trong lòng đất, mà ở trong lòng của mọi người.

Vì mọi người không biết, nên sống bằng máu, xương, thịt của chúng sinh, cho nên họ phải trả quả khổ đau. Trả quả khổ đau không ai mang đến cho họ, mà do chính họ tạo ra nhân quả nghiệp ác, giết hại và ăn thịt chúng sinh, nên họ phải gặt lấy mọi sự khổ đau trong cuộc sống. Dù họ có chạy trốn đẳng Trời nào thì cũng không tránh khỏi.

MƯỜI ĐIỀU LÀNH

Vừa nghe câu kệ đầu: *"Nghiệp lành thoát các phược"*, Tôn giả Tu Bồ Đề hiểu rõ thân bệnh của mình do từ ác nghiệp của mình đã tạo ra. Tôn giả Tu Bồ Đề nhớ lại lời dạy của Đức Phật trong kinh Mười Điều Lành: "Người nào muốn thoát khỏi thân bệnh, không bị tai nạn, và cầu mong cho gia đình được đầm ấm yên vui, con cái hiếu thảo, vợ chồng hòa thuận, sống trong tình nghĩa yêu thương mặn nồng, tràn đầy hạnh phúc thì hãy sống trong MƯỜI ĐIỀU LÀNH". Lời dạy này quá rõ ràng, chỉ có sống trong Mười Điều Lành thì gia đình đầm ấm yên vui, con cái hiếu thảo, vợ chồng hòa thuận, tràn đầy hạnh phúc.

Lời dạy này không dối người, chỉ có những người sống quen trong MƯỜI ĐIỀU ÁC nên không đủ lòng tin. Vì thế, họ không sống trong Mười Điều Lành này, nên phải chịu mọi sự khổ đau không bao giờ dứt.

Vậy Mười Điều Lành này là gì?

MƯỜI ĐIỀU LÀNH này là mười điều sống không làm khổ mình, khổ người và không làm khổ tất cả chúng sinh.

Làm người ai ai cũng cần phải thông hiểu Mười Điều Lành, và còn phải luôn luôn áp dụng nó vào cuộc sống hằng ngày của mình như ăn cơm, uống nước thì cuộc sống mới được bình an, vô sự.

Ai cũng biết con người không ăn cơm, uống nước thì không thể sống được. Cho nên, con người muốn không còn bệnh tật hay những tai nạn thì mười điều lành này phải sống như ăn cơm và uống nước. Khi biết pháp sống không còn đau khổ mà không áp dụng vào đời sống, thì thà chết còn sướng hơn sống trong đau khổ.

Chúng ta là những người có phước báu lớn nên mới gặp phương pháp MƯỜI ĐIỀU LÀNH.

Lòng từ bi của đức Phật mong muốn con người thoát ra mọi sự khổ đau, vì thế Ngài mới dạy chúng ta sống trong Mười Điều Lành. Mười Điều Lành này mới cứu chúng ta thoát khỏi tất cả bệnh tật, tai ương, nạn khổ, chớ không có một vị Thánh, Thần nào cứu chúng ta thoát khổ được. Cho nên, khi có bệnh tật hay tai nạn khổ đau mà đến lạy lễ cầu chư Phật, chư Bồ tát, chư Thánh, chư Thần từ bi cứu khổ, cứu nạn, thì những hành động cầu xin này là những hành động mê tín, dị đoan, lạc hậu và mù quáng.

Đức Phật ngày xưa dạy: *"Các con tự thắp đuốc lên mà đi, Ta không cứu khổ các con được"*. Lời dạy như vậy mà chúng ta còn cầu khẩn van xin, thì thử hỏi quý vị có phải là phật tử hay không? hay là những tín đồ của một tôn giáo nào?

Muốn thoát khỏi bệnh tật, tai nạn khổ đau, thì không có phương pháp nào hay hơn bằng phương pháp sống với MƯỜI ĐIỀU LÀNH. Sống với Mười Điều Lành thì phải thực hiện ba chỗ trên thân của chúng ta, đó là Thân, Khẩu, Ý.

(1) THÂN có ba việc làm lành:
1- Không sát sanh
2- Không trộm cắp
3- Không tà dâm

(2) KHẨU có bốn việc làm lành:
4- Không nói dối
5- Không nói thêu dệt
6- Không nói lật lọng (nói lưỡi đôi chiều)
7- Không nói lời hung ác

(3) Ý có ba việc làm lành:

8- Không tham lam

9- Không sân hận

10-Không si mê

Tại sao sống với MƯỜI ĐIỀU LÀNH mà thoát khỏi bệnh tật, tai nạn, khổ đau của kiếp con người?

Muốn trả lời câu hỏi này, trước hết chúng ta phải lần lượt xét xem Mười Điều Lành này như thế nào.

ĐIỀU LÀNH THỨ NHẤT: Không nên giết hại chúng sanh

Người đời thường nói: "Thà nghèo mà mạnh giỏi, còn hơn giàu sang mà đau ốm". Mọi vật sanh ra trong vũ trụ không có con vật nào mà không sợ chết, sợ khổ đau và bệnh tật. Thế nên tha mạng chết cho người (ân xá), cho vật (không sát sanh) là một ân huệ lớn.

Loài vật sắp bị giết mà được tha thì nỗi vui mừng không thể tả được. Hòa thượng Thiện Hoa dạy: ***"Như khi chúng ta thả một con chim sắp bị cắt cổ, nhổ lông, thả một con cá sắp đem chặt kỳ, đánh vảy; chim được sống vui mừng bay nhảy, cũng như cá khỏi chết hớn hở lội bơi"***. Vậy, không giết hại chúng sinh, mà còn thả chúng sinh là nghiệp lành đứng hàng đầu trong mười điều lành.

Chúng ta ai cũng ham sống, sợ chết, lẽ đâu lại cướp mạng sống của loài vật? Thử hỏi chúng ta tự đặt mình vào hoàn cảnh con vật, xem chúng ta có còn lòng dạ nào giết hại chúng không? Đừng mượn câu: "Vật dưỡng nhân" mà cho rằng: "Trời sanh ra con vật để cho mình giết nó ăn thịt". Vậy nếu vào rừng mình bị cọp ăn thì có phải ta là: "Nhân dưỡng vật không"? Chớ có lý luận theo kiểu ăn thịt chúng sanh mà tạo cho đôi tay luôn vấy máu và tâm hồn trở nên hung ác. Hãy quán sát và so sánh: chúng sanh giãy dụa trên thớt, dưới dao, còn chúng ta lăn lộn trong cơn bệnh ngặt nghèo, cơ thể rã rời, đau nhức; niềm đau, nỗi khổ của chúng ta và nỗi khổ đau của muôn loài cũng giống nhau không khác!

Muốn không giết hại chúng sinh, chúng ta hãy chế ngự và khắc phục tâm mình, đừng chạy theo sự ăn ngon của khẩu nghiệp mà tạo tội lỗi, máu đổ thịt rơi như núi, như biển. Hãy quán chiếu nỗi khổ của chúng sanh cũng là nỗi khổ của mình để tránh không sát sanh. Người tu còn phải quán chiếu ăn thịt chúng sanh như ăn thịt con mình, vì con vật hôm nay bị giết mà tiền kiếp lại là ông bà, cha mẹ của mình.

Theo luật nhân quả: "**Sát sanh là cái nhân của bệnh tật, khổ đau, hoạn nạn. Nợ máu xương phải đền bù bằng máu xương, dù trốn đi đâu cũng không khỏi**".

Kinh Mười Điều Lành dạy: "*Nếu ai không sát sanh thì sẽ được MƯỜI ĐIỀU LỢI ÍCH*" như sau:

1) Tất cả chúng sanh đều kính mến;
2) Lòng từ bi mở rộng đối với tất cả chúng sanh;
3) Trừ sạch thói quen giận hờn;
4) Thân thể thường được mạnh khỏe;
5) Tuổi thọ được lâu dài;
6) Thường được người tốt giúp đỡ;
7) Ngủ ngon giấc và không chiêm bao ác mộng;
8) Trừ được các mối thù oán;
9) Khỏi bị đọa vào ba đường ác;
10) Sau khi chết được sanh lên cõi Trời.

Thật vậy, kẻ nào biết làm lành, làm phước, thường giúp đỡ, săn sóc người nghèo khổ, bệnh tật, tai nạn, khổ đau, v.v... thì tự thân mình ít bệnh tật, ít tai nạn. Nếu ai biết lo tạo phước lành thì ngay trong đời hiện tại thân thể được khỏe mạnh, tinh thần được thơ thới và tâm hồn lúc nào cũng an vui. Nếu thấy người nào được sung sướng, an vui, ít bệnh, thì ta phải hiểu rằng đây là cái quả do nhân lành đời trước và của đời này mà người ta được như thế.

Là phật tử, thọ Năm Giới hay Mười Giới cũng đều có GIỚI KHÔNG GIẾT HẠI CHÚNG SINH đi đầu. Không giết hại mọi vật là hành động từ bi, là đang học theo hạnh nguyện từ bi của chư Bồ tát đối với vạn vật trong vũ trụ.

Học hạnh từ bi của Phật thì chẳng những chúng ta không giết hại mọi vật, mà còn phải thực tập ăn chay, không ăn thịt chúng sanh. Người xưa đã nói: *"Kiến kỳ sanh bất nhẫn kiến kỳ tử"*. Thấy nó đang sanh sống thì không thể nào nhẫn tâm giết hại cho đành.

Chúng tôi biết có nhiều người ở miền quê, hiểu đạo Phật, khi nuôi con gà, con vịt thì họ không muốn ăn thịt chúng vì "thấy thương". Thấy thương nên chúng ta phải ăn chay, ăn rau đậu, không ăn thịt, cá. Lúc đầu thì mình ăn chay kỳ, mỗi tháng hai ngày, sau đó lên bốn ngày, sáu ngày, mười ngày. Rất nhiều phật tử sau một thời gian ăn chay một tháng mười ngày thì họ ăn chay kỳ, nghĩa là mỗi năm ăn chay suốt tháng giêng (Thượng nguơn), tháng bảy (Trung nguơn), tháng mười (Hạ nguơn).

Người tu sĩ xuất gia theo Phật mỗi khi ăn còn phải "Tam Đề, Ngũ Quán". TAM ĐỀ là ăn ba miếng cơm lạt trước mỗi bữa ăn và thầm nguyện: *"Nguyện đoạn các điều ác, nguyện làm các điều lành, nguyện độ tất cả chúng sanh"*. Tại Tu Viện Chơn Như thì tăng, ni và phật tử nguyện như sau: ***"Nguyện sẽ không làm khổ mình, nguyện không làm khổ người, nguyện cho tất cả chúng sanh không gây đau khổ cho nhau"***.

NGŨ QUÁN là: *"Trong bữa ăn hôm nay, con nghĩ đến công lao khó khổ của bao nhiêu người làm nên thức ăn này. Nguyện cố gắng tu tập tốt để xứng đáng thọ nhận những thực phẩm này. Nguyện ngăn ngừa những tật xấu ác. Chỉ xin nhận thức ăn vừa đủ để nuôi thân. Vì muốn thành tựu đạo giải thoát và cứu độ chúng sanh, nên con xin thọ nhận thức ăn này"*.

Người tu sĩ của đạo Phật khi đi kinh hành còn phải lưu ý tránh giẫm đạp, làm chết cỏ. **Cỏ cây còn không làm tổn hại, thì có lý nào lại giết hại mạng sống loài vật cho đành? Cho nên, người** nào làm đồ chay mà đặt tên đồ mặn như "Thịt kho Tàu, gà xé phay, thịt gà xào sả ớt, xá xíu, tôm kho, mắm chay, v.v..." là còn tâm thèm ăn mặn. Người đệ tử Phật, muốn thoát sinh tử luân hồi mà còn ăn mặn thì tu ngàn đời cũng không giải thoát. Nếu ai bảo rằng Phật cho phép chúng ta, kể cả các tu sĩ được ăn thịt chúng sanh "nếu ăn không thấy, không nghe, không nghi", thì đó là lý luận của người sau để biện minh cho "cái tâm thèm thịt", hợp thức hóa chuyện ăn mặn của mình, nghĩa là không giữ được giới cấm giết hại chúng sanh. Trong kinh sách nguyên thủy đức Phật không có dạy điều đó. Đây là lời chân thật, xin các phật tử phải ghi nhớ và hành trì để được phước báu và tu tập có kết quả tốt. Trong kinh nguyên thủy, bài kinh Jivaka dạy: **Người cư sĩ cúng dường Phật và chư tăng bằng thực phẩm động vật thì có "NĂM ĐIỀU PHI CÔNG ĐỨC".** Thế sao các cư sĩ lại cúng dường thực phẩm động vật cho chư tăng? Như vậy có đúng không?

Đức Phật đã cấm đệ tử cư sĩ: "*Giới thứ nhất không giết hại chúng sanh*". Thế sao các cư sĩ lại sát sanh, cúng dường thực phẩm động vật cho chư tăng? Điều này có trái và mâu thuẫn lại với lời dạy giới cấm của đức Phật chăng?

Tóm lại, đạo Phật là đạo từ bi, thương yêu tất cả mọi người, mọi loài chúng sanh kể cả cầm thú, côn trùng, cỏ cây, đất đá...

Người đệ tử Phật giữ giới không giết hại chúng sanh là giữ gìn ĐỨC HIẾU SINH. Thử tưởng tượng một ngày mà chúng ta không ăn thịt thì biết bao nhiêu sinh mạng được thoát chết! Nếu chúng ta có "Làng Trường Chay", thì mọi người đều giữ giới sát sanh thật dễ dàng. Người người giữ giới không giết hại chúng sinh, nhà nhà giữ giới không giết hại chúng sinh thì làm gì có chiến tranh gây cảnh máu đổ thịt rơi, cửa nhà tan nát! Ngày xưa, vào những ngày rằm lớn, tại chợ Long Hoa, Tây Ninh, vùng tôn giáo Cao Đài, không có một nơi nào bán thịt, quả là một điều hy hữu!

Giết mạng thì phải đền mạng, đó là luật nhân quả. Thế nên đức Phật dạy cho hàng cư sĩ, **sau khi qui y thì phải từ bỏ sáu nghề, cũng là để trau dồi đức hiếu sinh vậy.**[1] Không giết hại chúng sanh, mà còn đem chúng sanh ra thả thì phước đức vô lượng.

Để kết luận bài này, chúng tôi xin ghi lại đây bài thơ của cổ đức, để sách tấn mọi người con Phật cố gắng hành trì giới không giết hại chúng sinh, để đem lại sự an vui cho mình, cho người và cho muôn loài chúng sinh:

> Hàng ngày trong bát cơm ăn
> Oán sâu như bể, hận bằng non cao
> Muốn xem binh lửa thế nào
> Hãy nghe lò thịt, tiếng gào đêm thâu

Đúng vậy, qua bài kệ này chúng ta thấy, cuộc sống của con người không bảo đảm. Những tin tức khắp nơi trên thế giới qua báo chí và điện đài, truyền hình, đã cho chúng ta biết gió bão, lũ lụt, động đất, núi lở, người chết, nhà cửa tan nát không nước này thì nước khác, và hơn nữa chiến tranh người giết người không nơi này thì nơi khác. Hình ảnh tang thương như vậy, thế mà con người còn chưa thức tỉnh, cứ mải mê sống trong mười điều ác.

Nhân quả rất thực tế, dân chài lưới là những người chết nhiều nhất trong những năm gần đây, hễ có lũ lụt là có hằng trăm người chết trôi. Bởi vậy, người nào chuyên nghề đánh cá thì không tránh khỏi nước cuốn trôi xuống sông, xuống biển để làm mồi cho cá tôm ăn thịt.[8]

---

8 1. Sáu nghề không nên làm là: 1- Không săn bắn; 2- Không hành nghề chài lưới; 3- Không buôn bán thịt sống; 4- Không

ĐIỀU LÀNH THỨ HAI: Không nên trộm cắp

Trộm cắp là do lòng tham lam, ham muốn sống được thảnh thơi, an nhàn, có nhiều của cải tài sản và được ăn ngon, mặc đẹp mà chẳng cần phải làm lụng vất vả như bao nhiêu người khác. Hòa thượng Thiện Hoa dạy: *"Người không gian tham, trộm cắp là người yêu chuộng công bình, tôn trọng của cải kẻ khác như của mình"*.

Tiền bạc là huyết mạch của con người, nếu không có nó đời sống sẽ vất vả. Nếu của cải mình làm ra mà bị người ta lấy hết thì mình có đau lòng không? Mình mất của thì mình xót xa, tiếc nuối, thì người mất của cũng đau khổ như thế. Có nhiều người bị trộm cắp mất hết của cải, vàng bạc, thất vọng đến nỗi phải quyên sinh. Vả lại, của phi nghĩa thường vô ngõ trước ra ngõ sau, tiêu hao như nước soi, cát chảy. Manh tâm giành giựt cho lắm, chết rồi cũng hai bàn tay không.

Người không trộm cắp luôn sống an vui vì không sợ bị tù tội, hoặc có người thù oán mình. Nếu mọi người giữ giới không nên trộm cắp thì nhà nhà được an vui, của đánh rơi cũng không có ai lượm, quên đóng cửa cũng chẳng có ai mất đồ. Nghe nói ngày xưa bên Trung Hoa, thời vua Nghiêu, vua Thuấn, thái bình thịnh trị, người ta ngủ cũng chẳng cần đóng cửa, đồ đạc có đánh rơi cũng không ai lượm, tôi thích lắm. Không ngờ ngày nay, tại các nước văn minh trên thế giới, nếu ai mất của, đi báo cảnh sát thì người ta cho biết có người nhặt được rồi.

buôn bán thịt chín; 5- Không làm nghề buôn bán rượu và các chất say; 6- Không làm nghề buôn bán người (làm nô lệ, hoặc hành nghề mãi dâm).

Tôi biết một phật tử tại Nhật bảo rằng, một hôm cô có việc cần đi gấp, cô rời khỏi nhà cả ngày, không khóa cửa, về nhà đồ đạc vẫn còn nguyên. Cô T.H ở California nói, có một hôm, cô về nhà thì thấy cửa mở toang, cô hoảng sợ, không dám vô nhà, cô gọi cảnh sát đến, họ đưa cô vào nhà, lục soát khắp nơi, thấy không mất gì cả. Thì ra, khi rời khỏi nhà cô không khóa cửa, gió thổi mở tung cửa mà thôi. Tại Việt Nam, thỉnh thoảng ta cũng thấy đăng trên báo những tấm lòng vàng, lượm được gói tiền, hoặc cái bóp của ai đánh rơi, đã thông báo để chủ nhân đến nhận lại. Nhưng những tấm lòng vàng ấy ngày càng hiếm hoi.

Người phật tử thọ Năm Giới thì không bao giờ khởi ý trộm cắp, dù trái cà, trái bí, cây đinh, cọng kẽm, nếu người ta không cho thì mình không được tùy tiện lấy đi. Từ đó suy ra, tất cả những gì không phải của mình thì mình không được lấy, không nhận, không sử dụng. Bây giờ, giả sử có người lượm được tờ giấy bạc 50.000 đồng Việt Nam hoặc tờ giấy 100 đô la, đưa lên máy phóng thanh mà gọi chừng hai lần thì đến lần thứ ba sẽ có người nhảy ra nhận là mình mất (mặc dù người ấy không có tờ giấy bạc ấy!).

Trong cuộc sống hàng ngày, tại các xí nghiệp, nếu công nhân mà đi trễ, về sớm thì dễ bị sa thải. Công nhân viên làm việc mà lấy văn phòng phẩm đem về nhà để cho mình và gia đình mình xài là ăn cắp của công! Sử dụng máy photocopy để sao giấy tờ cá nhân của mình, thậm chí sao chụp tài liệu tu học để tặng bạn bè (nghĩ rằng mình làm phước, giúp người tu hành sẽ được phước), không ngờ lòng tốt ấy cũng là ăn cắp của công, làm việc riêng. Có nhiều người đến sở làm mà đọc báo, đọc tiểu thuyết, nghe nhạc, trang điểm, hoặc cùng bạn bè ra quán cà phê tán gẫu hàng giờ... tất cả đều ăn cắp giờ làm việc mà thôi. Là phật tử, thọ trì Năm Giới hay Mười Giới đều phải ghi nhớ điều ấy, nếu rơi trúng vào một trong những điều kể trên tức là phạm giới thứ hai: Không Trộm Cắp.

Kinh Mười Điều Lành dạy: *"Nếu không trộm cắp, mà còn bố thí thì sẽ được MƯỜI QUẢ BÁO PHƯỚC LÀNH"* như sau:

1) Tiền của có dư, không bị vua quan, giặc giã cướp mất, không bị nạn lũ lụt trôi, lửa cháy, hay con cái phá tán;

2) Được nhiều người kính mến và tin cậy;

3) Không bị ai lừa dối gạt gẫm;

4) Xa gần đều khen ngợi lòng ngay thẳng của mình;

5) Lòng được an ổn, không lo sợ về sự tổn hại nào;

6) Tiếng lành đồn xa;

7) Ở chỗ đông người lòng không khủng khiếp;

8) Tiền của, tánh mạng, nhan sắc, sức khỏe an vui, biện tài vô ngại;

9) Thường sẵn lòng bố thí cho tất cả chúng sanh;

10) Khi chết được sanh lên cõi Trời.

Thật vậy, làm phước được phước. Chẳng phải mình mong cầu, mà phước ấy vẫn tự đến với mình. Lời Phật dạy: ***"Bố thí bất trụ tướng thì phước đức như hư không"***. Điều này chúng tôi đã nghiệm thấy trong cuộc đời mình cũng như trong cuộc đời của các cư sĩ theo tu học với chúng tôi. Chẳng những mình không tham lam của người, mà còn bỏ đồng tiền mồ hôi nước mắt của mình ra để bố thí, cúng dường, thì những người ấy không bao giờ lâm vào cảnh nghèo đói. Các phật tử làm việc ở nước ngoài thường dễ bị thất nghiệp vì hãng xưởng làm ăn, buôn bán ế ẩm, nhưng các phật tử thuần thành, thường hành hạnh bố thí đều gặp may mắn; họ không bị cho nghỉ việc, hoặc nếu có thôi việc ở nơi này thì họ liền tìm được một nơi khác còn tốt hơn chỗ cũ.

Người giàu sang mà bo bo giữ của cải, không làm phước, bố thí giúp người nghèo khó, bệnh tật thì đêm nằm ngủ không yên. Có của cải quý báu trong nhà thì tối ngày không dám rời nhà nửa bước, sợ gia nhân ăn cắp, hoặc ăn trộm cạy cửa lấy đồ, đêm ngủ không yên, nghe tiếng động tịnh thì lại tỉnh giấc, nơm nớp lo sợ ăn cướp... Giữ giới không trộm cắp là thực tập TÂM BUÔNG XẢ. Tâm buông xả thì thảnh thơi, an nhàn, không có gì phải lo toan.

Vậy quý phật tử phải thường xuyên giữ giới không trộm cắp và tập bố thí, buông xả thì thân tâm an lạc, phước lành tăng trưởng.

ĐIỀU LÀNH THỨ BA: Không nên tà dâm

Phàm con người sanh ra đều do dâm dục (Nhất thiết chúng sanh giai dĩ dâm dục nhi chánh tánh mạng). Dâm dục là nhân sanh tử luân hồi, là ma chướng ngăn trở bước đường tu giải thoát. Thế nên, đức Phật dạy: *"Lòng dâm không trừ thì không ra khỏi trần lao"* (Dâm tâm bất trừ, trần bất khả xuất). Bởi vậy, muốn giải thoát mà không đoạn lòng dâm thì tu ngàn kiếp cũng không bao giờ giải thoát.

Ở đây, tu Mười Điều Lành, ta cần ngăn ngừa tà dâm chớ không phải tu rốt ráo như các bậc xuất thế. Người cư sĩ, đối với vấn đề sinh lý vợ chồng thì đó là chánh dâm, nhưng nếu hành dâm với người khác (không phải là vợ hay chồng của mình) là phạm tội tà dâm. Giữ được giới không tà dâm thì gia đình được đầm ấm, an vui, hạnh phúc; con cái học hành tốt. Những đứa trẻ bụi đời, sa chân vào cạm bẫy của băng đảng, xì ke ma túy, hoặc làm đĩ điếm đa số đều xuất phát từ những gia đình mất hạnh phúc, hoặc chỉ còn một cha hay một mẹ nuôi con mà thôi.

Sự dâm dục quá độ khiến cho sức khỏe hao mòn đưa đến chỗ bệnh tật, từ những bệnh phong tình, hoa liễu, giang mai cho đến các bệnh nan y không có thuốc chữa như Sida (AIDS). Nhìn lại lịch sử Việt Nam cũng như Trung Hoa ngày xưa, có vị vua nào mà sống lâu đâu (tam cung, lục viện với hàng trăm cung phi mỹ nữ), mặc dù có ngự y ngày đêm chăm sóc, bốc thuốc bổ cho vua. Trong lịch sử Việt Nam có vua "Lê Ngọa Triều", nghĩa là vua ra chủ tọa phiên họp với triều thần, bá quan văn võ mà phải nằm chứ không ngồi dậy nổi!

Người giữ giới không tà dâm là người biết trọng nhân nghĩa với người phối ngẫu của mình. Xã hội Á Đông ngày xưa rất phong kiến, trọng nam khinh nữ, cho phép người chồng có quyền có nhiều thê thiếp. Cho nên có câu tục ngữ: *"Trai năm thê bảy thiếp, gái chính chuyên chỉ có một chồng"*. Thậm chí nếu cưới nhau ba năm mà không sanh con trai thì vợ chánh phải cưới vợ bé cho chồng, để có con nối dõi tông đường.

Ngày nay, các nước Âu Mỹ rất quý trọng người phụ nữ. Các ông chồng ở Âu Mỹ ăn cơm xong phải rửa chén là chuyện bình thường (vì cả hai cùng đi làm thì phải phân chia nhiệm vụ đồng đều); cắt cỏ, khiêng thùng rác to tướng ra đường, tưới cây, xách đồ nặng vẫn là chuyện của các ông. Người nữ cũng tham gia mọi lãnh vực trong xã hội từ nghề tài xế taxi, lái xe ủi đất cho đến làm luật sư, bác sĩ, lãnh đạo công ty, xí nghiệp, làm dân biểu, thượng nghị sĩ, thủ tướng, nữ hoàng, thậm chí còn đi vào không gian, thám hiểm các vì sao xa xôi. Thế mà các nước ở Trung Đông bây giờ người ta vẫn chèn ép người phụ nữ bằng tập tục bắt buộc người nữ ra đường phải lấy khăn che kín (để không ai nhìn thấy mặt mình); đàn bà còn bị đàn ông đánh đòn giữa chợ, còn đàn ông thì tha hồ có bao nhiêu vợ cũng được! Tập tục gì quái đản! Một phật tử cho biết, tại Hoa Kỳ ngày nay, có tiểu bang nào đó, người chồng theo đạo Mormon muốn cưới bao nhiêu vợ cũng được. Họ còn phổ biến trên truyền hình, phỏng vấn cả mẹ lẫn con đều làm vợ ông ta; ảnh chụp chung quanh ông chồng có hàng chục bà vợ và hàng lố con! Quả là chuyện lạ của thế kỷ hai mươi mốt!

Tóm lại, người phật tử giữ gìn giới không tà dâm là người biết tôn trọng nghĩa tình với người phối ngẫu, là biết bảo vệ sức khỏe bản thân, đem lại an vui, hạnh phúc cho gia đình, góp phần làm lành mạnh xã hội. Kinh Mười Điều Lành dạy rằng: *"Không tà dâm và giữ được tiết hạnh sẽ được BỐN ĐIỀU LỢI ÍCH"*:

1) Sáu căn: mắt, tai, mũi, lưỡi, thân và ý đều được vẹn toàn;

2) Đoạn trừ hết thảy những phiền não quấy
nhiễu;

3) Ở trong đời được người khen ngợi, được
tiếng tốt;

4) Vợ con không ai dám xâm phạm.

Không tà dâm là một đức hạnh mà người đời ai cũng ca ngợi,
quý trọng, nó là ĐỨC CHUNG THỦY. Chồng hay vợ mà giữ gìn
được Đức Chung Thủy thì gia đình an vui và hạnh phúc biết bao;
vợ chồng không ghen tuông nhau.

ĐIỀU LÀNH THỨ TƯ: Không nên nói dối

Nói dối là nói không đúng sự thật, chuyện có nói không, chuyện không nói có. Sống trong xã hội, người nào nói dối là tự mình làm mất lòng tin của mọi người.

Nói dối rất tai hại cho sự chung sống, nói dối quen miệng trở thành cái tật thì rất khó diệt trừ. Nói dối mà người ta biết được thì kể như mình bị cô lập, không còn ai muốn thân cận với mình; nghĩa là nói dối sẽ làm cho uy tín mình không còn nữa.

Hòa thượng Thiện Hoa dạy: *"Người ta ở đời, dù nói đùa chơi cũng không được nói dối, vì lẽ nói dối mà người ta biết mặt, về sau có nói thật người ta cũng không tin. Nhất là người tu theo Phật giáo lại càng không nên nói dối, vì nói dối cho rằng mình chứng Thánh hay đắc đạo thì tội lỗi càng to lớn. Bởi nói như thế sẽ phạm tội đại vọng ngữ".*

Tội đại vọng ngữ sẽ đọa vào ba đường ác. Kinh Vị Tằng Hữu Thuyết Nhân Duyên có kể câu chuyện năm vị tỳ kheo giả làm người tu hành đắc đạo. Họ đến một vùng đất lạ, cất một cái bụt cao, che phướn, che lọng, rồi một người lên ngồi nghiêm trang, mắt lim dim, còn bốn người kia đi vào làng kêu gọi mọi người đến xem có một vị tiên tu hành đắc đạo, nếu ai đến lễ lạy, cúng dường sẽ được nhiều phước báu. Cứ thế mà họ thay phiên nhau đi quảng cáo đồng bạn của mình để được cúng dường. Kiếp sau đó, vào thời đức Phật còn tại thế, có bốn người khiêng kiệu và một người bảo vệ kiệu của Hoàng hậu đến nghe Phật thuyết pháp. Khi Hoàng hậu đi nghe pháp thì cởi bỏ vòng vàng, nữ trang để trong kiệu. Năm người phụ trách kiệu xe thì nằm ngủ; ăn trộm đến ăn cắp tất cả nữ trang của Hoàng hậu. Quân lính cho tra khảo, đánh đập tàn nhẫn. Bà đến thỉnh ý Phật về nhân duyên gì mà có chuyện như thế. Đức Phật đáp rằng năm ông đó kiếp trước là năm thầy tu giả mạo, còn bà là một tín nữ sùng đạo, hết lòng cung kính cúng dường họ. Bây giờ họ phải làm lính khiêng kiệu cho bà để đền nợ trước. Nghe xong, Hoàng hậu vô cùng kinh hãi, sợ mang tội với thầy nên bảo tha và không cho họ khiêng kiệu nữa. Nhưng họ khóc lóc, quì lạy năn nỉ: "Xin lệnh bà rủ lòng thương xót, cho chúng con tiếp tục hầu hạ lệnh bà. Chúng con hứa từ nay sẽ cẩn thận không bao giờ dám ngủ quên như thế...". Hoàng hậu thỉnh ý Phật thì đức Thế Tôn trả lời: "Nghiệp báo họ trả nợ chưa dứt thì làm sao mà họ ra đi dễ dàng được".

Người nói dối để cứu người hay vật thì không phạm tội. Trong kinh có kể chuyện tiền thân đức Phật là một vị sa môn, đang ngồi thiền trong rừng, khi nhà vua và quân lính đi săn, đuổi theo con nai, đến chỗ đức Phật thì mất dấu. Họ đến hỏi vị tỳ kheo: "Ông có thấy con nai chạy về hướng nào không?". Vị thầy tu lẳng lặng không nói. Quân lính nổi giận la hét và lôi thầy tu đến trước mặt nhà vua. Vua lập lại câu hỏi trên thì thầy ấy đáp như sau: "Thưa Đại Vương, tôi là kẻ tu hành, giữ gìn giới luật thì không được nói dối và cũng không được sát sanh. Nếu tôi nói không thấy là tôi nói dối, và phạm tội khi quân. Nếu tôi nói thật để Đại Vương giết con nai thì tôi phạm giới sát sanh. Xin Đại Vương tha thứ và cho tôi miễn trả lời câu hỏi này. Nếu Đại Vương bắt tội thì tôi sẵn sàng chịu chết chứ không thể nào trả lời cho Đại Vương được".

Trong lịch sử Việt Nam, thời vua Quang Trung, khi quân lính truy lùng chúa Nguyễn Ánh, ông phải chạy vào chùa xin nhà sư cứu mạng. Chùa nghèo và rất đơn sơ, sư đành cho khiêng một trong ba tượng Phật xuống đất và bảo Nguyễn Ánh lên ngồi trên bàn thờ, thế chỗ tượng Phật ấy. Khi quân lính đến hỏi: "Nãy giờ ông có thấy ai chạy vào chùa không?", thì nhà sư bình tĩnh trả lời: "A Di Đà Phật! Bần đạo bận tụng kinh, niệm Phật nên không nghe thấy ai cả". Sau một hồi lục soát, thấy không có ai thì họ bỏ đi. Nhà sư đã nói dối để cứu mạng người (sau này là vua Gia Long), cũng được xem là không phạm tội.

Kinh Mười Điều Lành dạy, *người không nói dối được "TÁM ĐIỀU LỢI ÍCH" như sau:*

1) Được thế gian kính phục;

2) Lời nói nào cũng đúng lý, được người, trời kính yêu;

3) Miệng thường thơm sạch, nói ra có mùi thơm như hoa Ưu Bát La;

4) Thường dùng lời êm ái an ủi chúng sanh;

5) Được hưởng lạc thú như ý nguyện, và ba nghiệp đều trong sạch;

6) Lời nói không buồn giận, mà còn tỏ ra vui vẻ;

7) Lời nói tôn trọng, được người trời đều vâng theo;

8) Trí tuệ thù thắng không ai hơn.

Tóm lại, là phật tử chúng ta không được nói dối, vì nói dối sẽ làm mình mất đi hai đức hạnh: UY TÍN và THÀNH THẬT.

Xem thế chúng ta mới biết lời nói dối là một tai hại rất lớn cho bản thân. Cho nên, chúng ta dù có chết cũng không bao giờ nói dối.

Nói thật là tốt nhất, khi một giới luật được đức Phật dạy KHÔNG NÊN NÓI DỐI, thì nó rất quan trọng cho đời sống của người tu hành. Vì thế, chúng ta luôn luôn nhớ lời dạy này để không bao giờ nói dối.

Ngày xưa, khi đức Phật dạy La Hầu La lấy một cái chậu dựng nước để đức Phật rửa chân. La Hầu La vâng theo lời Phật dạy và bưng vào một chậu nước trong sạch. Khi đức Phật rửa chân xong liền bảo La Hầu La:

- Nước rửa chân này có dùng uống được không?

La Hầu La thưa:

- Kính bạch đức Thế Tôn, nước rửa chân này không thể dùng để uống được.

Đức Phật dạy:

- Người nói dối cũng như nước rửa chân, không thể dùng uống được.

Đức Phật dạy tiếp:

- Này La Hầu La, hãy đem chậu nước đổ đi.

La Hầu La làm theo lời Phật dạy và đem chậu vào.

Đức Phật hỏi:

- Cái chậu này có thể dùng đựng cơm ăn được không?

La Hầu La trả lời:

- Bạch Thế Tôn, cái chậu này không thể dung đựng cơm ăn được.

Đức Phật dạy:

- Người nói dối cũng như cái chậu đựng nước rửa chân, không thể nào dùng được.

Bởi vậy, người phạm giới nói dối thì không bao giờ tu chứng đạo. Giới luật của Phật rất quan trọng trong việc tu hành. Tu hành thì không nên dối gạt người.

114

ĐIỀU LÀNH THỨ NĂM: Không nên nói lời thêu dệt

Người đời thường hay trau chuốt lời nói. Khi kể lại một chuyện gì, muốn tạo sự chú ý của người khác và tăng phần hấp dẫn của câu chuyện, người ta thường "thêm mắm, giặm muối".

Thí dụ kể lại chuyện đi câu cá: *"Hôm qua tôi câu được con cá lóc nặng gần một kí-lô"*. Thật ra người ấy câu được con cá trào, nặng gần 500 gram. Hoặc chuyện chồng đánh vợ: *"Cái thằng cha ăn ở bất nhân. Nó lấy củi tạ mà đánh vợ nó"*. Thật ra người chồng, trong khi gây gổ chỉ mới tát tai vợ mà thôi, thế mà người ta tự đặt thêm, cho thành một sự việc đáng nói để mọi người chú ý nghe.

Đi buôn vật xấu nói tốt, hàng giả bảo là hàng thật và bán giá cao, gạt người mua khiến người ta mua đồ về xài không được. Họ đâu biết rằng lời nói dối như vậy đâu phải là tốt, vì nói dối như vậy sẽ thành thói quen, thành người xấu.

Vì một chút lòng hờn ghen liền dùng lời nói thêu dệt để cho đôi bên thù hận có thể giết hại lẫn nhau, làm tổn hại tánh mạng người khác. Chỉ vì một chút lòng ganh tị, hoặc thù vặt bèn dùng lời thêu dệt để lung lạc lòng người, hoặc quyến rũ, gạt gẫm người khác, làm tổn hại danh dự và tài sản, cốt để đem lại cho mình được nhiều lợi lạc và còn được tiếng thơm, tiếng tốt.

Ngược lại, người có lời nói đúng đắn, không thêu dệt, nói chánh lý, không dối gạt người, không làm tổn hại danh giá, tài sản và thậm chí cả tánh mạng của người, đó là người tốt. Người không nói lời thêu dệt sẽ được *"BA MÓN CÔNG ĐỨC"* mà kinh *Mười Điều Lành dạy*:

1) Được người trí yêu mến;
2) Thường đáp được những câu hỏi khó khăn;

3) Được làm người có uy tín cao quý trong cõi
thế gian.

Bởi nói lời thêu dệt tốt làm cho người khác được lợi ích, nhưng chúng ta vẫn mang tiếng là người nói lời thêu dệt. Vì thế, dù nói lời thêu dệt tốt hay xấu đều là lời nói dối.

Chỉ có lời nói thành thật thì mới có giá trị, còn nói dối thì tự mình làm mất giá trị. Cho nên chúng ta nên tránh xa những người hay nói dối, vì họ sẽ đặt điều nói xấu chúng ta với mọi người.

Người nói dối như con rắn độc, cho nên đức Phật dạy La Hầu La: *"Nói dối như nước rửa chân, không dùng được"*. Lời này có ý đức Phật dạy chúng ta nên tránh những người nói dối.

Những người nói dối không thể làm bạn với chúng ta được, vì thế có thì nên nói có, còn không thì nên nói không, không được dối gạt người.

Biết người nói dối chỉ một lần và về sau này chúng ta cố gắng như thế nào để không còn gặp mặt họ. Nếu bất đắc dĩ gặp họ thì chúng ta nên cố gắng làm thinh là hay nhất, và tìm cách tránh né, xa lìa, đừng nên ở gần họ mà có tai họa.

Khi một người nói tốt một người nào, mà chúng ta xét thấy là đúng sự thật thì đó là không phải lời thêu dệt, còn ngược lại là lời nói thêu dệt. Cũng vậy, khi một người nói xấu người khác thì chúng ta nên xét lại xem người có xấu ác như vậy không, nếu không thì biết người đó nói lời thêu dệt cho người khác, thì chúng ta không tin và biết người thù oán hay ghét người kia mà nói thêu dệt như vậy.

Khi nghe người khác nói xấu hay nói tốt một người thì chúng ta đừng vội tin, mà cần phải tư duy, suy nghĩ, quán xét đúng hay sai rồi mới tin. Nếu chúng ta không chịu quán xét kỹ càng, vội tin thì chúng ta là những người bộp chộp. Những người bộp chộp là những người hay a dua theo người khác mà không do sự tư duy, quán xét kỹ lưỡng. Một người thiếu tư duy thường sống trong ác pháp, nên phải nhận lấy sự đau khổ là đúng.

ĐIỀU LÀNH THỨ SÁU: Không nên nói lật lọng

Ở đời, có lắm kẻ mồm mép, vừa nói một lúc sau nói ngược trở lại; lấy quấy làm phải, lấy phải làm quấy, lật qua lật lại, tráo trở như người nướng bánh phồng!

Những hạng người này ta nên tránh xa. Họ thường dụm ba dụm bảy, đem chuyện người này nói ra nói vào, bêu xấu, khiêu khích người khác để tạo sự bất hòa, thù hận. Họ còn đem chuyện của người này giềm pha với người kia, có lúc nhạo báng, khinh chê làm cho đôi bạn thù hận, sanh mối tương tranh. Họ còn dùng môi mép, đứng trung gian gây ác cảm đôi bên để đi đến kiện thưa.

Người không nói lật lọng, không có làm phiền muộn bà con lối xóm, nên được thân bằng quyến thuộc, kẻ xa, người gần đều kính mến. Người không nói lưỡi hai chiều thường dùng lời êm ái an ủi, khuyên giải và giúp cho bà con xóm giềng được hòa thuận, thân yêu, khiến cho ai nấy cũng vui vẻ, an lòng. Người này đến đâu cũng được mọi người kính yêu, gặp khó khăn thì người ấy sẽ đứng ra thu xếp, hòa giải một cách dễ dàng.

Người không nói lật lọng là người luôn luôn đem lời nói hòa giải giúp cho mọi người sống trong xã hội được an vui, hạnh phúc. Ngày xưa, thời Tam Quốc ở Trung Hoa có những người chuyên đi du thuyết. Họ là người học rộng, hiểu nhiều, nói lời hòa nhã có sức thuyết phục. Họ thường được các vua cử sang nước khác để du thuyết, phân tích cho vua bên kia nghe ưu và khuyết của mỗi bên, những cái lợi và hại của việc đánh nhau, để cuối cùng thuyết phục được đối phương phải lui binh hoặc hưu chiến. Ngày nay, các quốc gia trên thế giới cũng có gởi Đặc Sứ, hoặc Sứ Thần đi sang nước khác (như Trung Đông, Nam Phi), để dàn xếp những vụ tranh chấp... Tất cả những việc làm ấy là do tài năng của người có khả năng ăn nói khéo.

Kinh Mười Điều Lành dạy: *"Kẻ nào nói lời hòa giải thì được NĂM ĐIỀU KHÔNG THỂ PHÁ HOẠI"*:

1) Được nhân bất hoại, vì bản thân mình không bao giờ có ý hại người;
2) Được làm con trong dòng họ sum họp, vì nhân mình không gây chia rẽ bà con quyến thuộc của người;
3) Được đức tin bất hoại, vì nhân thuận theo nghiệp đời trước của mình;
4) Được pháp hạnh bất hoại, vì nhân chỗ tu của mình rất kiên cố;
5) Được thiện hữu tri thức bất hoại, vì nhân mình không hay nói dối người.

Vậy người phật tử tại gia phải giữ gìn giới không nói lật lọng, và thường hành hạnh nói lời hòa nhã, êm ái thì sẽ được phước đức lớn.

Không nói LỜI LẬT LỌNG tức là nói dối bằng cách lật ngược sự việc, lấy việc phải làm việc quấy, lấy việc quấy làm việc phải. Cho nên, lời NÓI LẬT LỌNG là của những người nhiều mồm, nhiều mép thường nói qua nói lại. Những người này chúng ta nên tránh xa, chớ không nên ở gần họ. Họ là những người không đáng tin cậy, không nên giao việc lớn cho những người này. Họ là những người gian tham vô độ, khó mà lường được.

Nếu ở gần người hay nói lật lọng thì nên dọn nhà đi nơi khác, chớ ở gần sớm muộn gì cũng bất an. Cho nên, người NÓI DỐI, người nói LỜI Thêu Dệt và người NÓI LỜI LẬT LỌNG thì không nên làm bạn với những người này, thường nên sống xa lánh họ, vì họ sẽ làm hại chúng ta bằng cách này hay bằng cách khác.

ĐIỀU LÀNH THỨ BẢY: Không nên nói lời hung ác

Nói lời hung ác là nói ác cho kẻ khác, nói người ta hung dữ, phao phản người, luôn luôn bươi móc việc xấu của người. Người nói những lời hung ác là người tánh tình cộc cằn, thô lỗ, thường hay mắng nhiếc, nguyền rủa, hoặc thề thốt nói những lời độc địa, khiến cho mọi người nghe thấy sợ hãi. Với tánh tình như vậy, họ là những người không biết sửa sai nên tánh nào tật nấy; họ không biết hổ thẹn, xấu hổ, chỉ biết lấn áp người khác làm cho mọi người đều phải qui phục, đều ở dưới tay; họ bảo sao thì làm theo không được chống trái. Họ tìm mọi cách để diệt những người trên "cơ" họ.

Theo luật nhân quả, người nào dùng lời nói ác độc, thề thốt, đó là tự hại mình mà không biết, tưởng là nói như vậy là làm cho người ta sợ và bái phục.

Ví dụ:
1- "Tôi có nói gian cho tôi chết đi!"
2- "Kẻ nào nói gian cho tôi thì Trời đánh cho nó chết đi"
3- "Tôi có nói như vậy ra đường sẽ bị xe cán chết"

Trên đây là những lời thề thốt mà những người hung dữ thường hay nói.

Người không nói lời hung ác là người biết dùng ái ngữ, lời nói ngọt ngào, nhẹ nhàng êm dịu, nên tục ngữ Việt Nam có câu: "Nói ngọt, lọt đến xương", hoặc:

Lời nói không mất tiền mua
Lựa lời mà nói cho vừa lòng nhau

Người không nói lời hung ác là những người thường nói lời ôn tồn, nhã nhặn, hàm chứa một tâm hồn đầy nhân ái, tha thứ, bao dung. Kinh Mười Điều Lành dạy rằng: *"Kẻ nào không nói lời hung dữ sẽ được TÁM MÓN CÔNG ĐỨC"*:

1) Không nói sai pháp;
2) Nói ra lời nào cũng có ích lợi;
3) Nói lời nào cũng đúng chân lý;
4) Lời nói nào cũng khôn khéo;
5) Nói điều chi ai cũng vâng theo;
6) Lời nói nào thốt ra cũng được người ta tin dùng;
7) Nói điều chi cũng không có ai chê bai;
8) Nói ra lời nào cũng được yêu mến.

NÓI LỜI HUNG ÁC là những người hung dữ, chớ những người hiền lành thì không bao giờ nói lời hung ác. Cho nên, khi chúng ta tiếp xúc với mọi người thì người nói lời hung ác dễ nhận thấy nhất, chỉ một lúc là lời nói phách lối có vẻ "Ta đây", khiến ai cũng không ưa thích.

LỜI HUNG ÁC có nhiều loại:
1- Lời chửi mắng
2- Lời thề thốt
3- Lời nói xấu người khác
4- Lời chê bai người khác
5- Lời nói tục tĩu
6- Lời nói đâm thọc
7- Lời nói chửi thề
8- Lời nói dối
9- Lời nói thêu dệt

10- Lời nói tráo trở

11- Lời nói nạt nộ

12- Lời nói vu khống

13- Lời nói nịnh hót

ĐIỀU LÀNH THỨ TÁM: Không nên tham lam

Cái gốc sanh tử luân hồi là lòng dục, tức là lòng ham muốn. Lòng ham muốn có năm món dục lạc. Năm món dục lạc gồm có như sau:

1- TÀI là tiền của, tài sản
2- SẮC là sắc đẹp phụ nữ
3- DANH là danh vọng quyền cao chức tước
4- THỰC là ăn uống
5- THÙY là ngủ nghỉ

Con người trong thế gian không ai tránh khỏi năm món dục lạc này. Cho nên, con người ví như là những tay sai của nó. Khi nó không sai thì thôi, chớ nó sai bảo thì không có người nào không làm. Vì thế tham muốn, mong cầu được toại nguyện thì sanh tâm vui mừng, hớn hở, còn ngược lại thì buồn khổ, sầu não.

Lòng **THAM MUỐN TIỀN TÀI** của con người thì vô tận, nó là cái túi không đáy, có một thì muốn được mười, có mười thì muốn được trăm, cho nên nó chẳng bao giờ thấy đủ.

Thế nên cả đời phải chịu nhọc nhằn, lao khổ, không bao giờ có những phút nghỉ ngơi ngồi chơi thoải mái. Nhưng người ta khéo lý luận để che đậy, và nói rằng cố ráng làm để sau này được sung sướng. Vậy mà cả đời chẳng thấy sung sướng phút nào cả. Dù cho của cải có chứa đầy nhà, nhưng lòng tham của con người không bao giờ thấy đầy đủ. Biết đủ thì thấy đủ, chờ cho đủ thì biết đến bao giờ mới đủ. *"Tri túc tiện túc, đãi túc hà thời túc"*, người xưa dạy như vậy.

Trên đây là lòng tham tiền tài vật chất, còn dưới đây là lòng **THAM SẮC ĐẸP**. Tham sắc đẹp thì làm hao phí nhiều tiền bạc, còn sức khỏe và tinh thần thì suy nhược.

Biết rõ như vậy, nhưng những người say mê sắc dục, cả đời chạy theo bóng dáng hình hài phụ nữ, bỏ phế gia cang, làm gia đình tan nát. Cho nên ca dao có câu: *"Gió đưa bụi chuối sau hè, anh mê vợ bé bỏ bè con thơ"*.

Muốn trừ tâm tham sắc dục thì cứ nhìn lại thân mình và thân người khác, từ lúc còn trẻ con bé bỏng cho đến bây giờ là một người già yếu mặt nhăn, tóc bạc, răng rụng, đi đứng thì run rẩy, thì thử hỏi sức khỏe còn đâu mà tham sắc dục. Đó là những sự đổi thay "vô thường" của cơ thể. Khi chúng ta quán xét như vậy, thì sắc dục còn có nghĩa lý gì sai khiến chúng ta.

Bây giờ chúng ta nên quán xét cái thân này chứa NHIỀU THỨ BẤT TỊNH, mà đức Phật gọi là cái đãy da hôi thối như: nước miếng, đờm, dãi, ghèn, cứt ráy, phân, nước tiểu, mồ hôi, v.v... Nếu quán xét như vậy chưa đủ sức diệt trừ tâm sắc dục, thì nên quán cửu tưởng như: quán tử thi sình thối, quán giòi bọ rút rỉa, quán chó sói, kên kên đến cắn xé thịt, v.v... Và con người chỉ còn là bộ xương, nhưng cuối cùng tất cả các xương ấy cũng rã tan, và một cơn gió thổi là lớp bụi trắng tung bay, không còn lại dấu vết gì nữa cả.

Tóm lại, THAM TIỀN BẠC thì phải đọa đày thân xác, lao động vất vả, đầu tắt mặt tối, ban ngày làm không đủ, tranh thủ làm ban đêm, có khi làm luôn cả ngày cuối tuần. Nhất là những người làm thương mại, ăn không ngon, ngủ không yên, suy tư tính toán đủ điều, sợ người ta giành mất phần lợi của mình. Nhiều người được nghỉ lễ, nghỉ phép mà vẫn mang điện thoại theo trong mình để tiện việc liên lạc, nghĩa là cũng chẳng có ngày nào được nghỉ ngơi thanh thản.

Người không ham muốn có nhiều tiền, của cải tài sản là người ít muốn biết đủ, nên được thảnh thơi an nhàn. Người càng có nhiều nhu cầu cho cuộc sống thì càng khổ cực xác thân. Người tu hành ăn uống đơn giản không đòi hỏi ngon dở, chỉ ăn để sống một lần trong ngày là thanh thản, an lạc, vô sự.

Làm người muốn an nhàn, thanh thản thì nên tập ăn cái gì cũng được, miễn ăn để sống là được, còn ngủ ở đâu cũng được, không cần phải ở nhà cao cửa rộng, đầy đủ tiện nghi, hoặc phải ăn cơm nhà hàng.

Người tu sĩ Phật giáo chân chánh ngày xưa chỉ có ba y một bát, đi xin ăn; ai cho gì ăn nấy. Ngủ thì ngủ dưới gốc cây, và cũng rày đây mai đó, không bao giờ ở mãi một chỗ, đó là tránh sự quyến luyến nơi mình đang ở.

Còn **HAM DANH VỌNG** quyền cao, tước trọng thì phải chịu khó vào luồn ra cúi, đút lót hối lộ mà vẫn nơm nớp lo sợ ngày nào đó sẽ có kẻ khác vào lấy mất ghế (chức vụ) của mình. Tục ngữ ta có câu: "Càng cao danh vọng, càng dày gian nan". Đệ tử Phật không màng quyền cao chức trọng, không hãnh diện khi làm Quốc sư, hoặc giữ chức vụ then chốt trong Giáo hội, và cũng không chờ đợi ngày được tấn phong Hòa thượng, Thượng tọa. Người cư sĩ mà bận rộn quá nhiều thì không có thì giờ lo cho thân mình, còn thì giờ đâu mà vui chơi với gia đình, vợ con. Đối với người ấy thì tu hành là một điều vô cùng khó khăn. Có phật tử đến phân bua cùng với Thầy trụ trì: *"Bạch thầy, con cũng muốn tu lắm. Con thấy không khí ở chùa trang nghiêm thanh tịnh, con thích lắm. Nhưng mà công chuyện làm ăn khiến con không thể bỏ được, dù một ngày cũng không được; buông tay ra là công việc sẽ bế tắc. Con sẽ ráng thu xếp, chừng vài năm nữa thì con có thể đào tạo một số cán bộ nòng cốt...".*

THAM ĂN UỐNG món ngon, vật lạ như: rắn, rùa, ba ba, cua đinh... là hành hạ thân xác, khiến cho thân mắc phải những chứng bệnh nan y. Báo chí có đăng tin tức: Có nhiều người ăn cá mà bị ngộ độc. Nhiều nhà hàng trên thế giới, thỉnh thoảng cũng mua phải những hải sản mang bệnh khiến cho thực khách bị ngộ độc hàng loạt, phải đưa vào bệnh viện cứu cấp. Những người "ham ăn, hốt uống" thì sẽ bị bội thực, trúng thực; bắt bao tử, gan, thận làm việc quá nhiều, không có thì giờ ngừng nghỉ, dễ mắc bệnh tiêu hóa, thận và tim mạch.

Người cư sĩ dù chưa trường chay, cũng ráng cố gắng giữ một số ngày chay định kỳ trong tháng. Ăn chay chẳng những thể hiện tình thương đối với loài vật, mà còn có ích lợi thực tế cho bản thân. Thức ăn thực vật dễ tiêu hóa hơn thức ăn động vật. Đó là chưa kể trong thịt của loài vật, kể cả các loài cá, có mang sẵn mầm bệnh. Loài vật trước khi bị giết, nó đau đớn khổ sở, đem lòng thù hận. Nếu ta ăn thịt chúng thì bản thân ta cũng bị ảnh hưởng.

THAM NGỦ, ngủ nhiều, ngủ sớm, dậy trễ, thân thể lười biếng sanh ra bệnh béo phì. Ngủ nhiều thì trí tuệ tối tăm, con người trở thành biếng nhác, ít chủ động được mình, ý chí dường như không có. Người như thế dần dần trở thành kẻ ăn bám xã hội, giống như loài cây chùm gởi mà thôi.Muốn chiến thắng sự ham muốn dục lạc ở thế gian thì phải có sức quán thông suốt và trí tuệ minh mẫn, mới mong thành tựu HẠNH THIỂU DỤC. Nhờ đó mà chúng ta có thể sống một cuộc đời tự túc, đơn giản, thanh tao và an nhàn. Ý thức rõ sự tai hại của tâm dục lạc và lợi ích thiết thực của tâm ly dục, ly bất thiện pháp là con đường dẫn đến Sơ Thiền, ta phải đem hết ý chí dũng mãnh để khắc phục tâm tham dục lạc và làm chủ những hoàn cảnh, đối tượng đầy cạm bẫy cám dỗ bao quanh chúng ta. Có được như vậy thì cuộc sống của chúng ta mới được an nhàn. Đây là một cuộc cách mạng tư tưởng, giúp cho chúng ta thoát khỏi cảnh nghèo đói, đau khổ.

Khuyến cáo của Liên Hiệp Quốc cho rằng: Nếu các nước tư bản giàu sang mà không phí phạm (thức ăn thừa mứa đem đổ bỏ), từ trong gia đình cho đến ngoài xã hội, thì số lượng thực phẩm ấy cũng đủ nuôi sống dân nghèo đói ở Á, Phi.

Tu tập diệt trừ tâm tham dục thế gian không có nghĩa là cuộc sống chúng ta mất đi, hay là sống như một người chán đời. Cho nên, không tham dục nghĩa là không tham đắm, không dính mắc, chớ không phải đem quăng hết tài sản của cải, hoặc làm biếng, không chịu làm ăn sanh sống như mọi người.

Nên nhớ sự sống là trả nghiệp, chớ không phải là sự tham đắm, si mê về dục lạc. Kinh Mười Điều Lành dạy rằng: *"Kẻ nào không tham đắm dục lạc thế gian sẽ được NĂM MÓN CÔNG ĐỨC tự tại"*:

1) Ba nghiệp: thân, khẩu, ý được tự tại, vì nhân các căn được đầy đủ;

2) Của cải được tự tại, vì tất cả giặc thù đều không làm hại được;

3) Phước đức tự tại, vì khi tâm muốn gì đều được như ý;

4) Ngôi vua tự tại, vì các của cải quý báu đều được người đem đến dâng hiến;

5) Được hưởng phần lợi gấp trăm lần mình đã định, vì kiếp trước mình không có lòng bỏn xẻn.

Người đệ tử Phật chẳng những từ bỏ tật tham lam, mà còn hành hạnh bố thí. Bố thí tức là hạnh buông xả, buông bỏ; không chất chứa tài sản của cải, mà còn chia sẻ cho người nghèo khổ, bất hạnh; không màng công danh, phú quí, không bận tâm tranh danh đoạt lợi. Hằng sống với tâm buông xả thì tâm trí thảnh thơi, dạo chơi thanh thản, giấc ngủ an lành, ít bệnh, ít khổ.

Người có nhiều tài sản, của cải, danh lợi, thì sẽ mệt mỏi nhiều, và sẽ đi chậm hơn những người có ít tài sản trên hành trình về xứ Phật, tức là giải thoát khỏi sanh tử luân hồi.

ĐIỀU LÀNH THỨ CHÍN: Không nên sân hận

Người tu theo Phật giáo phải thực hành cho kỳ được tâm không hờn giận. Đứng trước các đối tượng ta phải cố tránh đừng để mọi sự, mọi việc xảy ra sự tranh chấp ác pháp khiến cho chúng ta phải sân hận. Khi gặp cảnh dễ sân thì phải luôn luôn giữ sắc mặt bình thường, nghĩa là nếu sắc mặt đang vui vẻ, gặp điều nghịch ý bỗng nhiên thay đổi, cau có, đỏ gay thì đó không phải là người tu. Người tu MƯỜI ĐIỀU LÀNH lúc nào cũng giữ tánh nết hiền hòa, đừng để nổi cơn hung ác. Kinh dạy: *"Một niệm sân tâm nổi lên thì trăm ngàn tai họa đến"* (Nhất niệm tâm sân khởi, bách vạn chướng môn khai). Người xưa cũng nói: *"Hãy dằn tâm giận xuống, chỉ trong một giây mà thôi, để rồi khỏi sợ cả trăm ngày"*, hoặc là: *"Một đốm lửa sân cháy tiêu cả rừng công đức"*.

Nếu không dằn được cơn nóng giận, ta có thể nói hoặc hành động sơ hở, mà khi bình tĩnh ta sẽ thấy xấu hổ và ân hận vô cùng. Từ một chuyện nhỏ không quan trọng, hoặc hiểu lầm, người ta có thể biến nó thành chuyện lớn. Như hai vợ chồng là bạn đạo trong nhóm tu học tại chùa, thấy ông chồng có vẻ săn đón một chị bạn trong nhóm, bà vợ nổi ghen, thế là vợ chồng có chuyện cãi nhau, thành to chuyện, và sau đó thì họ không tu nữa, không đi chùa, không theo Ban Hộ Niệm2.

---

2 Ban Hộ Niệm do Đại thừa tổ chức, chuyên đi tụng niệm ma chay.

Nếu không có thầy và bạn can thiệp thì họ sẽ dẹp luôn bàn thờ Phật trong nhà! Đó là chưa kể có nhiều trường hợp sân hận nổi lên, người ta có thể tự tử hoặc gây án mạng, tạo cảnh tù tội chung thân. Bởi vậy, người tu hành phải ý thức sự sân hận là một tai họa lớn. Nó làm mất đi sắc tướng của người tu (tăng tướng), và mất lòng nhân ái của người thế tục. Chúng ta phải đem hết ý chí dũng mãnh để chiến thắng những cơn sân phát khởi ào ào như thác đổ. Muốn hoàn toàn làm chủ tinh thần, không để một phút giây sân hận, thì phải dùng trí tuệ quán xét cho thấu suốt ngọn nguồn của đối tượng để ngăn chặn chúng ở bên ngoài.

Thông thường, người ta khuyên mình khi nóng giận thì đi uống một ly nước; nó sẽ hết. Thật ra, đi uống nước thì cơn giận có giảm xuống, nhưng nó vẫn tiếp tục tuôn trào, nhất là khi ta ngồi thiền. Muốn diệt trừ tâm SÂN HẬN, ta phải thực hành hạnh TỪ BI. Tha thứ và thương yêu cho người thì lòng mình mới được an vui.

Bình thường chúng ta có thể tha thứ cho người lớn tuổi hơn, hoặc đẳng cấp cao hơn chúng ta thật dễ dàng, nhưng tha thứ cho người nhỏ tuổi hơn, hoặc ở cấp dưới thì ta khó tha thứ hơn. Phải quán chiếu để cảm thông nỗi khổ của người (có lẽ tại vì anh ấy đang có chuyện buồn, nên mới có lời nói không tốt đẹp ấy, hoặc là chị ấy hiểu lầm ý mình, nên mới buông ra những lời khiếm nhã như thế...). Phải đặt mình vào trong hoàn cảnh của người, thử xem mình phản ứng như thế nào.

Để diệt tâm sân, có vị thiền sư dạy hãy quán không: thân này là không; lời nói như gió thoảng, có gì đâu mà buồn, giận. Kể ra không phải dễ gì mà "không" cho được. Có một thiền sư khác thì dạy thực tập thiền quán trong khi giận như sau: *"Thở vào tôi biết tôi đang giận, thở ra tôi biết cái giận còn ở trong tôi"*; hoặc đọc thầm một bài kệ trong tâm, mỗi câu là một hơi thở ra/vào. Phương pháp này cũng giúp cho chúng ta thấy nhẹ, khỏe, cường độ cơn sân sẽ giảm ngay.

Thật ra, muốn diệt trừ sự sân hận trong tâm thì chúng ta phải tập **DIỆT NGÃ** (chấp ngã nên mới sân: *"Nó còn nhỏ tuổi, đi tu* *học sau tôi, vậy mà mỗi lần tụng kinh thì nó đứng trước tôi, đã vậy tụng kinh còn hét lớn lên, át hết tiếng của người khác...")* và **QUÁN TỪ BI**: *"Người ta không biết tu nên mới ăn nói hoặc hành động thiếu suy nghĩ như thế, còn mình hiểu đạo, tu tập lâu năm, chẳng lẽ mình cũng như vậy sao? Có gì đâu mà phải giận. Tôi xin nguyện tha thứ cho người".* Nếu quán sát kỹ, sẽ thấy mình cũng có lỗi một phần nào (trong khi sân hận, lời qua tiếng lại thì ai mà không lỡ lời nói nặng, làm cho người kia đau khổ). Ta hãy đến xin lỗi người ấy thì mọi gút mắc đều được giải tỏa; cả hai đều cảm thấy nhẹ khỏe, an vui. Nhớ chỉ nhận phần lỗi của mình, không đề cập đến lỗi của người. Chỉ nhìn thấy lỗi của mình chứ thấy lỗi của người thì cái lỗi của mình đã gần kề. Nên nhớ phải thực tập để có đủ nghị lực (can đảm và chân thành) nói lên lời xin lỗi. Nói được lời xin lỗi xuất phát tự đáy lòng của mình (giống như khi mình thành tâm sám hối trước Phật), thì cũng như nước sôi đổ vào tuyết, những hờn giận chất chứa sẽ tan biến ngay.

Kinh Mười Điều Lành dạy rằng: *"Kẻ nào làm chủ được tâm sân thì sẽ được TÁM MÓN CÔNG ĐỨC"*:

1) Tâm không tổn não;

2) Tâm không giận hờn;

3) Tâm không tranh giành;

4) Tâm được nhu hòa, ngay thẳng;

5) Tâm được từ bi như Phật;

6) Tâm thường làm lợi ích và an ổn cho chúng sanh;

7) Thân tướng được trang nghiêm, mọi người đều tôn kính;

8) Có đức nhu hòa, nhẫn nhục, sau được lên cõi Trời Phạm Thiên.

ĐIỀU LÀNH THỨ MƯỜI: Không nên si mê

Người không si mê là người biết phán đoán rành rẽ, nhận định một cách rõ ràng, đúng đắn, không biện minh che đậy sự mê mờ, dốt nát của mình, và cũng không cố chấp vào kiến thức chủ quan của mình. Hơn nữa, người ấy còn sáng suốt, không tin những tà thuyết không hợp lý, nghĩa là người ấy không si mê, mù quáng, mê tín, dị đoan, lạc hậu.

Người không si mê là người có trí tuệ thông minh, thấu suốt thuyết Nhân Quả, Luân Hồi, nên không bao giờ tạo tội ác, và luôn luôn có những hành vi rất thiện, thường tu Mười Điều Lành và sẵn sàng mang lòng từ bi đến mọi người.

Người ấy thường quán xét vạn hữu, tìm rõ nguồn gốc vô minh, phá trừ tư tưởng dính mắc, chấp trước, tinh tấn hàng ngày tiến bước trên con đường giải thoát nội tâm của mình.

Người có tâm tỉnh giác là người không si mê. Người tỉnh giác cao thì tâm được định tỉnh. Muốn được tâm tỉnh giác, trước phải phá cho được hôn trầm, thùy miên. HÔN TRẦM, THÙY MIÊN, VÔ KÝ là trạng thái tâm trí mờ mịt, hoặc buồn ngủ, hay không nhớ, không biết gì cả. Đây là tình trạng chung của những người tu thiền. Nếu không tỉnh thức thì hành giả sẽ buồn ngủ, ngủ gục, và rơi vào tình trạng mờ mịt, không hay biết gì cả. Một số người tu thiền, sau một thời gian tu tập, khi rơi vào tình trạng này họ cứ nghĩ rằng mình đã nhập định! Làm sao mà nhập định cho được, khi con người còn đủ tham, sân, si (giữ giới không nghiêm minh)?

Đức Phật dạy, con đường tu chứng phải trải qua tu học Tam Vô Lậu. TAM VÔ LẬU HỌC là Giới, Định, Tuệ. Nhờ trì giới nghiêm nhặt, ngăn ác diệt ác pháp, sanh thiện tăng trưởng thiện, hành giả "ly dục, ly bất thiện pháp" nhập Sơ Thiền.

132

Nhân GIỚI sanh ĐỊNH, nhân ĐỊNH sanh Tuệ. Đó là cổ đức đã dạy:

"Sân si, nghiệp chướng chẳng chừa
Bo bo mà giữ tương dưa làm gì"

Ngoài hôn trầm, thùy miên, người tu thiền còn phải tránh TRẠO CỬ (con người lúc nào cũng rọ rạy khó chịu, quay bên này, móc bên kia, suy tính đủ thứ), hoặc HỐI QUÁ, nghĩa là ân hận mãi về một việc làm trong quá khứ.

Tóm lại, người phật tử giữ giới không si mê trước tiên phải từ bỏ rượu. Rượu làm cho tâm trí mờ tối, khiến cho ta có những lời nói và hành động sai lầm, tai hại. Trong khi tu tập thì phải duy trì giờ giấc công phu, ăn uống điều độ, không ăn phi thời; không cố gắng thức khuya, dù là công phu, vì thân thể mệt nhọc, rã rời thì công phu cũng vô ích mà thôi. Nói một cách khác, hôn trầm, thùy miên, trạo cử và hối quá là những chướng ngại đưa đến si mê mà người phật tử, nhất là những người tu thiền cần phải ghi nhớ.

Nếu người sống với Mười Điều Lành để phá trừ được si mê thì sẽ thành tựu *MƯỜI CÔNG ĐỨC, như kinh Mười Điều Lành dạy:*

    1) Được ý vui chân thiện và bạn chân thiện;

    2) Tin sâu nhân quả, thà bỏ thân mạng chớ không làm điều ác;

    3) Chỉ quy y theo Phật, không quy y theo Thiên Thần ngoại đạo;

    4) Tâm được ngay thẳng chánh kiến;

    5) Thường sanh lên cõi Trời, khỏi bị đọa ba đường ác;

    6) Phước huệ không lường, thường tăng lên mãi;

7) Dứt hẳn đường tà, chăm tu chánh đạo;

8) Không còn lòng chấp ngã, bỏ hết nghiệp ác;

9) Trụ nơi chánh kiến;

10) Khỏi bị nạn dữ.

SỐNG MƯỜI ĐIỀU LÀNH

Người sống với Mười Điều Lành thường chế ngự lòng buông lung của mình, bỏ các nghiệp dữ, quyết thành tựu các nghiệp lành, đó là thuận theo chánh đạo.

Sống với Mười Điều Lành chỉ có người trí mới ý thức sự lợi ích của nó đối với cuộc sống, nên quyết tâm thực hành cho bằng được. Nhờ sự sống với Mười Điều Lành nên chúng ta mới thoát khỏi mọi sự khổ đau.

Muốn hưởng được phước báu thì hãy dứt trừ MƯỜI NGHIỆP DỮ, hằng ngày phải tinh tấn sống với MƯỜI ĐIỀU LÀNH. Cứ mỗi lần bỏ xuống một nghiệp ác thì ngay đó là nghiệp thiện hiện ra, khiến tâm hồn mình được an vui.

Biết được sự lợi ích của Mười Điều Lành giúp cho đời sống của mình và xã hội được bình an và trật tự an ninh, người nào có quyết tâm nỗ lực thực hành đúng Mười Điều Lành của đức Phật dạy, cứ tiếp tục mãi trên con đường xây dựng cuộc sống Mười Điều Lành, cho đến một ngày nào đó hoàn toàn thấm nhuần Mười Điều Lành, lúc bấy giờ chúng ta sẽ được *BỐN ƯU ĐIỂM mà kinh Mười Điều Lành dạy*:

1) Thân và tâm của chúng ta trở thành tốt đẹp. Hành động thân, khẩu, ý biểu lộ đầy đủ đạo đức; lòng hiếu sát hung hăng sẽ biến dần; lòng từ bi bác ái hiện rõ, đối với con người và loài vật đều thương xót bình đẳng như nhau, thường lấy ân trả oán, vì thế từ oán thù sẽ trở thành ơn nghĩa, thương yêu;

2) Khi tâm không còn giận hờn dù bất cứ hoàn cảnh nào, có căm tức đến đâu cũng không lộ vẻ giận hờn hoặc thù oán. Phải biết đây là sự tu nhẫn nhục để biến cải hoàn cảnh hung dữ trở thành hiền hậu. Lúc ấy con người không còn

tranh đấu giết hại lẫn nhau, mà chỉ có một lòng tương thân, tương ái mà thôi;

3) Chúng ta có đủ duyên mới được nghe bài thuyết pháp do Thích Đề Hoàn Nhơn đã trợ duyên cho Tôn Giả Tu Bồ Đề bằng pháp môn MƯỜI ĐIỀU LÀNH, để thoát khỏi bệnh tật nơi thân mà còn hưởng được kết quả giải thoát nơi tâm hồn mình;

4) Khi hành giả quyết tâm thực hiện Mười Điều Lành, chắc chắn sẽ được sanh nơi giàu sang, có đạo đức và hưởng phước lạc đầy đủ. Ngược lại, nếu ai không sống với Mười Điều Lành mà còn mong đến đất Phật thì chắc chắn không bao giờ có được. Vì mười phương ba đời chư Phật và các bậc Thánh Hiền thoát khỏi vòng sanh tử, chứng quả Vô Thượng Bồ Đề đều phải sống với Mười Điều Lành, và nhất là lấy Mười Điều Lành làm căn bản cho sự tu hành của mình.

MƯỜI ĐIỀU LÀNH có công năng giúp cho chúng ta ngăn ngừa được các hành vi độc ác, nhờ vậy tất cả hoàn cảnh đều được yên lành vui tươi. MƯỜI ĐIỀU LÀNH giúp cho thân, khẩu, ý của chúng ta lần lần tiêu tội và được thanh tịnh; do tâm hồn thanh tịnh nên con người mới thoát ly sanh tử và cuộc sống mới được hoàn toàn an vui trong mọi cảnh, dù thuận hay nghịch cũng trọn vẹn không chướng ngại.

Cho nên, người sống với Mười Điều Lành là người đầy đủ hạnh phúc nhất trần gian.

Khi vạn hữu không còn là chướng ngại trong thân tâm thì sự đau khổ cũng lần lần chấm dứt, tư tưởng được an ổn và thường sống trong trạng thái bình thường thanh tịnh, thanh thản, thì cơ thể bắt đầu không bệnh tật; tâm luôn thơ thới, an lạc; cuộc sống đầy đủ hạnh phúc. Đó là nhờ sống với Mười Điều Lành nên tạo phước báu rõ ràng.

Sống với Mười Điều Lành là cái nhân tránh khỏi bị đọa lạc vào chốn Tam Đồ khổ, và luôn luôn được hưởng an vui trong cõi Ta Bà. Nếu ai có thể tiến sâu hơn Mười Điều Lành này thì sẽ được vào Niết Bàn vĩnh cửu.

Do sự ích lợi của pháp môn này, chúng tôi thành tâm khuyên mọi người tu theo đạo Phật thì trước tiên nên sống với MƯỜI ĐIỀU LÀNH; nó là nguồn gốc cơ bản giải thoát của Phật giáo.

Bởi Mười Điều Lành là một pháp môn giúp cho mọi người ngay từ khi sơ cơ mới biết tu hành theo Phật giáo, nhưng nó lại đạt được kết quả giải thoát rất là vĩ đại. Nếu ai chịu khó thực hiện tiến tu pháp môn này hàng ngày, chắc chắn sẽ được giải thoát khỏi tâm hồn đau khổ của thế gian.

HÒA MÌNH TRONG THIỆN PHÁP

Lúc bấy giờ Ba Giá Tuần lên dây đàn, đến trước mặt Tôn giả Tu Bồ Đề, dùng lời ca và tiếng đàn nói lên phương tiện tu hành của cõi Thích Đề Hoàn Nhơn:

> Kiết kiết thường không sát
> Niệm niệm không rối loạn
> Thì trần cấu ắt dứt
> Mong sớm từ Thiên giác
> Tâm bặt qua dòng hữu
> Hàng ma độ các kiết
> Công đức như biển lớn
> Mong chóng từ định dậy
> Mắt định như hoa sen
> Các hữu thường không dính
> Không về, làm quay về
> Định không kịp thì dậy
> Bốn dòng sông vô vi
> Khéo hiểu không già, bệnh
> Đây thoát họa hữu vi
> Cúi mong Tôn sớm dậy
> Năm trăm Trời ở trên
> Thích chủ đích thân đến
> Muốn xem Tôn Nhan Thánh
> Hiểu không xin mau dậy

—Tăng Nhất A-Hàm

Qua bài kệ trên, lời khuyên của Thích Đề Hoàn Nhơn dạy chúng ta phải dứt trừ sát sanh. Nhờ không sát sanh mà các kiết, tức là sự ràng buộc sẽ hết; các kiết dứt thì tâm không rối loạn và trần cấu đều chấm dứt. Bấy giờ nội tâm từ tỉnh thức suy lý đến sự khổ đau, phiền lụy, sợ hãi đều vắng bặt; tất cả vạn hữu không còn là chướng ngại của tâm, nghĩa là tâm không dính mắc với vạn vật, dù trong cảnh thuận hay nghịch đều vượt thoát khỏi, tức là hàng phục được các ma chướng bên ngoài cũng như chính trong tâm của mình, vì thế các kiết không còn phá phách nữa. Người tu hành được như vậy, công đức lớn như núi Tu Di, như biển cả, không lấy gì so sánh được.

Tâm chúng sanh vốn không dính mắc, không phiền não, chỉ vì vô minh lầm chấp cái Ngã (Ta) và Ngã Sở (của Ta) nên có dính mắc, có phiền não.

Tâm chúng sanh thường sống trong Thường-Lạc-Ngã-Tịnh, nhưng vì tham, sân, si ở bên ngoài khởi dậy khiến cho tâm mất bình thường, vì nó đang duyên theo sáu trần.

Muốn làm chủ được già, bệnh thì phải giữ tâm an vui, đừng để phiền não xen vào. Nhờ cố giữ gìn, tức là sống với MƯỜI ĐIỀU THIỆN thì thân dần dần sẽ ít bệnh tật, nên kinh Tăng Nhất A-Hàm dạy: *"Thoát tai nạn hữu vi, nghĩa là tư tưởng không còn bị ảnh hưởng vật chất thế gian, đời sống không còn nô lệ cho vật chất nữa".*

Khi nghe xong lời ca tiếng nhạc của Ba Giá Tuần, Tôn Giả Tu Bồ Đề cất tiếng khen ngợi: *"Lời ca tiếng nhạc hòa hợp nhau không khác; giọng ca không lìa tiếng đàn và tiếng đàn không lìa giọng ca".*

Sống với MƯỜI ĐIỀU LÀNH, thân, tâm của chúng ta phải hoàn toàn hòa hợp với mọi đối tượng, nghĩa là chúng ta phải tùy thuận với tất cả chúng sanh, phải hiểu biết chúng sanh tức là thân và tâm của chúng ta; thân và tâm của chúng ta tức là chúng sanh.

Sống với Mười Điều Lành, chúng ta phải ý thức sự dung thông với vạn hữu là một việc làm tối quan trọng của sự tu quán. Nếu hành giả không dung thông được thì sự thể hiện sống với

Mười Điều Lành chỉ có kết quả năm phần mười, chớ không thể đạt được kết quả theo ý muốn.

Kinh Tăng Nhất A-Hàm dạy: *"Lành thay! Lành thay! Ba Giá Tuần! Nay ông dùng giọng ca và tiếng đàn hòa hợp đàn ca không khác; tiếng đàn không lìa giọng ca; giọng ca không lìa tiếng đàn. Hai việc hòa hợp với nhau thành tiếng hay tuyệt"*.

Muốn giải thoát tâm hồn đau khổ phiền lụy, hành giả phải nhận thức rõ ràng MƯỜI ĐIỀU LÀNH và DUNG THÔNG là một, nghĩa là phải tùy thuận lại đối tượng để giải quyết tâm lý mình một cách rất tế nhị và phi thường. Đó là một pháp môn mầu nhiệm và cần thiết cho những ai muốn hưởng được hạnh phúc chân thật trong cõi thế gian này.

Mười Điều Lành là pháp môn dung thông vạn hữu với tâm mình. Nhờ pháp môn này mà vạn vật thiên nhiên trong vũ trụ mới tùy thuận lẫn nhau, mới chung sống với nhau, mới hoàn mãn sự giải thoát nơi tâm hồn mình. Thể hiện như vậy, vạn hữu không còn là chướng ngại; nó là tâm mình; tâm mình là vạn hữu; Mười Điều Lành là tâm mình; tâm mình là Mười Điều Lành.

Ở đây chúng ta phải hiểu MƯỜI ĐIỀU LÀNH, TÂM MÌNH và VẠN HỮU đều là ĐỊNH và DỤNG của một thể tánh vũ trụ. Thế nên từ động đến định, từ tịch đến chiếu thảy đều là nguồn giải thoát trong lòng hỗ tương nhân ái của mỗi chúng sanh.

Có người hỏi:

- Sống Mười Điều Lành làm sao biết được thân không còn bệnh?

Đáp:

1- Như chúng ta đã biết, có thân là có nghiệp, nghiệp thân phải ăn uống mới sống. Có nghiệp thân là phải có sanh tử, già yếu, bệnh tật ốm đau... Cho nên điều này ai có thân cũng đều biết rất rõ.

2- Nghiệp căn bản của thân thường xảy ra trong ba thời: quá khứ, hiện tại, vị lai, do tư tưởng hoạt động tác dụng mạnh tạo nên nghiệp thân ấy.

Tâm không sáng suốt, tức là vô minh tạo ra những duyên hợp nên có thân. Vì vô minh nên tất cả chúng sanh đều mang thân nghiệp. Thân nghiệp là biểu tượng vật chất, chịu nhiều thứ bệnh tật. Tâm là phần tinh thần cũng chịu ảnh hưởng của thân; chấp có thân nên khi thân đau ốm thì tinh thần khổ sở, lo lắng, sợ hãi, v.v...

Muốn thoát khỏi bệnh tật của thân và sự đau khổ của tinh thần thì phải sống với Mười Điều Lành, vì Mười Điều Lành là pháp môn buông xả những hành vi ác của thân, khẩu, ý. Nếu NGHIỆP ÁC dần dần buông xuống thì NGHIỆP THIỆN dần dần tăng trưởng hiện lên.

Lúc sống với Mười Điều Lành, phải ý thức được những từ trường hành động làm lành đang bao trùm tất cả bệnh khổ và luôn cả sanh tử. Nếu từ thân, khẩu, ý xuất phát những hành động LÀM LÀNH thì ngay đó có giải thoát bệnh tật, tai nạn, phiền não, khổ đau từ thân và tâm của mình một cách rõ rệt.

Ngược lại, khi thân, khẩu, ý xuất phát những hành động LÀM MƯỜI ĐIỀU ÁC thì liền đó có sự khổ đau, sân hận, âu sầu, lo lắng và bệnh tật.

Thân, khẩu, ý làm Mười Điều Lành thì từ khổ đau biến thành an vui; từ bệnh tật, đau ốm trở thành mạnh khỏe sống lâu. Bởi vì NGHIỆP LÀNH luôn luôn che chở, giải thoát cho chúng sanh khỏi cảnh đau khổ. Ví như có người chửi mắng mình, mình hành pháp nhẫn nhục không chửi mắng lại, thì cảnh đang động biến thành cảnh tịnh, cảnh khổ biến thành cảnh an vui, đó là sống với Mười Điều Lành.

Thích Dễ Hoàn Nhơn hỏi ông Tu Bồ Đề: *"Thế nào là NGHIỆP LÀNH bao trùm tăng giảm?"*

Câu hỏi này có nghĩa là sống làm Mười Điều Lành có đem lại cho chúng sanh thoát khỏi bệnh tật, khổ đau hay không?

Để trả lời câu hỏi này, chúng ta phải quán sát cho kỹ xem nguyên nhân nào sanh ra bệnh tật? Khi rõ nguồn gốc của bệnh tật, tức là thông suốt nhân quả MƯỜI ĐIỀU ÁC thì ta càng tin sâu MƯỜI ĐIỀU LÀNH. Bắt đầu từ nay chúng ta phải tích cực sống với Mười Điều Lành bằng cách:

1- Tất cả mọi sự kiện, sự vật dù lớn hay nhỏ mà đang ở trong hành động làm ác đều phải đình chỉ ngay tức khắc.

2- Sống với Mười Điều Lành là phải biết nhẫn nhục, phải biết lấy ân báo oán, lấy lòng yêu thương mà tha thứ mọi sự lầm lạc của kẻ khác.

Do sự việc này nên Thích Đề Hoàn Nhơn nói: *"Mười Điều Lành bao trùm bệnh khổ"*.

Lại nữa, Thích Đề Hoàn Nhơn còn hỏi: ***"Thân bệnh này từ đâu sanh ra?"***

Thích Đề Hoàn Nhơn hé mở thêm cánh cửa giải thoát, giúp cho chúng sanh tư duy quán xét sâu hơn về thân nghiệp của con người. Chúng tôi xin nhường lại cho quý vị tự quán xét lấy thân bệnh của mình, để tìm hiểu do từ đâu sanh ra? Cái gì tạo nên bệnh? Ai làm thân bệnh? Thân bệnh hay tâm bệnh?

Bao nhiêu câu hỏi này chúng ta lần lượt quán xét. Nếu thân không có tâm thì thân không biết đau, như thây ma lấy gì gọi là thân bệnh? Nếu có tâm mà không có thân thì lấy đâu có bệnh, vì tâm vốn vô hình. Vậy, cái bệnh này từ đâu đến?

Thích Đề Hoàn Nhơn còn hỏi Tôn Giả Tu Bồ Đề: ***"Bệnh này do thân sanh hay ý sanh?"***

Thích Đề Hoàn Nhơn đã mở thêm cánh cửa cõi không bệnh tật để chúng sanh được bước vào. Nếu chúng sanh không chịu khó đem hết ý chí quán sâu và thể hiện Mười Điều Lành ngay trong đời sống hằng ngày của mình, thì làm sao hưởng được phước báu và sanh vào nơi không bệnh tật.

Câu hỏi này rất hợp lý, khiến cho những ai đang sống trong Mười Điều Lành đều phải nhìn nhận thực trạng vạn hữu trong vũ trụ đang vây quanh chúng ta là một chướng ngại to lớn. Nhờ có sống với Mười Điều Lành, chúng ta phải quán xét mới rõ tường tận nguồn gốc của phiền não.

Đọc những đoạn kinh trong Tăng Nhất A-Hàm, chúng ta phải nhìn nhận đức Phật dạy chúng sanh đi theo con đường quán Mười Điều Lành quá rõ rệt. Nhờ quán chiếu, chúng ta nâng trình độ hiểu biết về Phật pháp càng lúc càng thâm sâu.

QUÁN không phải là sự học tập theo kiểu học trò, mà QUÁN là sự tham cứu, là sự tự tri tự giác, tự mình khám phá và nhận đúng vạn hữu với mình không phải là hai. Khi hiểu được như vậy, chúng ta mới có thể hòa mình với vạn vật thiên nhiên mà không còn thấy chướng ngại.

Những câu hỏi trên đây, đức Phật biết rằng chúng sanh không đủ trí năng để tự khám phá, tìm tòi và khảo cứu về SANH, GIÀ, BỆNH, CHẾT. Tôn giả Tu Bồ Đề thay lời Phật trả lời những câu hỏi trên, khiến cho chúng sanh dễ hiểu, nhờ đó chúng ta lấy đó làm điểm tựa để nghiên cứu và khám phá tới. Nhưng dù sao, những câu trả lời này cũng là của đức Phật, của ông Tu Bồ Đề chớ không phải của chúng ta. Vì vậy, chúng ta đừng lấy đó làm của mình, nhắm đi nhắm lại lối mòn của người xưa; đó là lối tu lấy đá đè cỏ, đưa đến sự thể hiện sống với Mười Điều Lành sẽ không "LÀNH". Tu hành như vậy dù cho tu có đến một ngàn năm sau cũng không bao giờ tìm đến chân hạnh phúc.

Điều quan trọng nhất trong việc tu QUÁN là đầu tiên chúng ta phải mượn ý Phật, ý Tổ làm nơi nương tựa, để rồi tự mình quán xét, tự mình mở cửa vũ trụ. Khi quán đã thuần thục thì nguồn giải thoát hiện tiền nơi tâm mình, bấy giờ chúng ta mới thật sự tự vươn cánh chim bằng thênh thang bay vút tận trời xa.

DUYÊN HỢP & DUYÊN TAN

Lúc bấy giờ, Tôn giả Tu Bồ Đề trả lời: *"Lành thay! Lành thay!*
Này Kiều Thi Ca!"

> Pháp pháp tự sanh,
> Pháp pháp tự diệt;
> Pháp pháp loạn động,
> Pháp pháp tự vắng bặt

—Tăng Nhất A-Hàm

Đứng về phương diện triết lý Nhân Quả của Phật giáo thì vạn hữu
do duyên hợp sanh ra, chớ không phải do một đấng vạn năng nào
sanh ra. Vì thế sự đau khổ, bệnh tật, tai nạn của chúng sanh không
do một tác nhân nào khác gây ra, mà chúng sanh tự tạo cho mình.

Hội đủ điều kiện, vạn hữu mới được thành hình, nếu thiếu
một nhân duyên nào thì cũng không thể sanh ra được.

Ví như cây đèn có tim, họng, ống khói, bầu dựng dầu, mà chỉ
thiếu dầu thì đèn cũng không cháy được. Cho nên, tất cả bệnh
khổ của chúng sanh đều do duyên hợp mà có, chớ không thể tự
nhiên hoặc do may rủi. Sự thật hiển nhiên, tất cả các pháp trong
thế gian phải hội đủ nhân duyên mới hình thành vạn vật. Kinh
Tăng Nhất A-Hàm dạy: *"**Pháp pháp tự sanh**"*.

Khi quán xét cho kỹ về luật tuần hoàn sanh diệt trong vũ trụ,
có sanh tức có tử, có tử tức có sanh; hạt giống sanh tử này chính
chúng ta tự tạo. Kẻ tác bệnh, tác khổ cho chúng sanh không ai
ngoài chúng sanh. Thế mà mỗi khi có điều gì quá đau khổ, tai nạn
quá hiểm nghèo thì chúng ta chỉ còn biết cầu nguyện Trời, Phật,
Thánh, Thần. Nhưng làm sao những bậc ấy cứu khổ cho chúng
ta được? Cầu nguyện chỉ là một phương pháp trấn an tinh thần,

chớ các Ngài không giúp ta được. Kẻ làm ra cảnh khổ này chính là chúng ta, thì chúng ta phải lãnh thọ.

Hết duyên, vạn hữu tự hoại diệt chớ không phải do ngẫu nhiên. Tất cả đều do duyên cớ, chớ không phải muốn chết là chết được, cũng không phải muốn sống là sống được.

Ví dụ như một cơn giông to, gió lớn làm cây cối nhà cửa sụp đổ, người và vạn vật đều chết, đó là DUYÊN TAN. DUYÊN HỢP thì sanh, duyên tan thì hoại diệt; vạn hữu thành hoại đều do duyên cả. Kinh Tăng Nhất A-Hàm dạy: "*Pháp pháp tự diệt*".

Quán xét cho cùng lý, chúng ta mới thấy rõ vạn hữu thế gian toàn là duyên hợp và duyên tan, tạo thành rồi hoại diệt. Không có một sắc tướng nào của vạn hữu trong vũ trụ có một thực thể riêng biệt, toàn là do các duyên THÀNH và HOẠI, chứ không một ai diệt và tạo ra nó.

Bởi thế, khi đức Thế Tôn tu đã thành Phật, nhưng vẫn không cứu khổ chúng sanh được. Ngài chỉ nhắc nhở, răn cấm khéo léo khiến cho chúng sanh tự tu hành: "*Này các con! Các con hãy tự thắp đuốc lên mà đi, ta không đi thay thế cho các con được con đường ấy*".

Đọc đến đoạn kinh này, chúng ta phải ý thức lại chúng ta; sự ý thức này giúp cho chúng ta thoát khỏi muôn vàn sự đau khổ của thân tâm.

Vạn hữu do duyên hợp tự sanh, rồi do duyên tan tự diệt. Chỗ tự sanh tự diệt là chỗ động, vì thế vạn hữu luôn sống trong động; vì có động nên sinh ra vô số chúng sanh, và cũng chính tư tưởng động của chúng sanh mới sinh ra dính mắc, chấp trước, chấp ngã. Thế nên cuộc sống con người mới có đau khổ, phiền lụy. Ví như mình không có lòng tham thì làm gì có chửi mắng nhau; nếu không có sự hơn thiệt chửi mắng nhau thì làm gì có sự giận hờn. Rõ thấu như vậy thì ngăn được cơn sân, vì vậy thân tâm được thư thái, an nhiên.

146

Đủ duyên hợp lại trong ngoài mới có giận hờn, đau khổ. Nếu trong không, ngoài có hoặc trong có, ngoài không thì không có cơn giận hờn. Ngược lại, ngoài có trong cũng có thì giận hờn tất phải sanh ra. Đó là tâm trạng chung của chúng sanh.

Bởi vậy, một sự kiện gì xảy ra đều phải do hội đủ nguyên do. Cuộc đời là một trường duyên hợp - duyên tan, vì thế thân tâm của chúng ta luôn luôn chịu nhiều đau khổ, giận hờn, thương ghét, lo sợ, biệt ly và sanh tử.

Hành giả phải chịu khó gắng công nỗ lực quán xét, suy tư cho thấu suốt lý Nhân Duyên, và còn phải sống với sự BẤT ĐỘNG của vạn hữu. Bởi vạn hữu vốn tự vắng bặt, nên *Ai đã trở về TÂM BẤT ĐỘNG, THANH THẢN, AN LẠC và VÔ SỰ thì sẽ chấm dứt ngay khổ đau, phiền não và sanh tử.* Khi tu đến trạng thái này gọi là giải thoát hoàn toàn.

Đường về trạng thái vắng lặng của vạn hữu, nếu chúng ta biết cần dùng nó để đối trị các ác pháp thì thân tâm sẽ được vắng lặng, nhưng muốn làm được điều này thì phải đem hết ý chí dũng mãnh thực hiện cho bằng được, thì chắc chắn vạn hữu không còn là chướng ngại trong tâm.

Hầu hết chúng sanh đều có tâm hồn đau khổ, không những sự việc này thì những sự kiện khác. Hơn nữa, cơ thể thường hay bệnh tật nặng nhẹ khác nhau. Người tu hành phải rõ lý nhân quả, tức là lấy cái không bệnh tật, cái không phiền não đối trị lại cái có bệnh tật, có phiền não.

Ngày xưa tại núi Nga Mi, ông Văn Thù Sư Lợi sai đồng tử đi hái thuốc, Ngài bảo: *"Con hãy ra rừng hái thứ thuốc nào không phải là thuốc, thì mới trị được bệnh không phải bệnh"*.

Tu Bồ Đề dạy: *"Này Kiều Thi Ca! Cũng như có thuốc độc thì phải có thuốc trừ độc"* (Tăng Nhất A-Hàm). Tư tưởng của chúng sanh vốn mang chất độc, thường giết chúng sanh mà chúng sanh nào hay biết. Thuốc trừ độc có rất nhiều, nhưng phương

147

thuốc đầu tiên là phương thuốc MƯỜI ĐIỀU LÀNH. Nếu chúng sanh không chịu dùng thuốc này trừ bệnh độc phiền não thì không sao giải độc được.

Nếu một ý tưởng khởi nghĩ đến một sự kiện do tâm tham, sân, si chủ động, thì ngay lúc đó chúng ta phải biết là tà niệm và phải tìm sự suy tư khác để đối trị lại ngay. Phương pháp đó là dùng **CHÁNH NIỆM** diệt **TÀ NIỆM**, có nghĩa là lấy tư tưởng chánh dẹp tan tư tưởng tà.

Người tu hành biết quán như vậy, liền phá tan được tâm tham, sân, si. Quán càng sắc bén bao nhiêu thì phá tan mây mờ đau khổ trong lòng bấy nhiêu.

Bát Chánh Đạo là con đường giải thoát, lấy chánh diệt tà, quét sạch rác rưới tham, sân, si và giữ tâm chúng ta được bình thường, an lạc.

Tôn giả Tu Bồ Đề dạy: *"Này Thiên Đế Thích! Pháp pháp loạn động, pháp pháp tự vắng bặt, pháp pháp thường sanh pháp"* (*Tăng Nhất A-Hàm*).

Từ mọi sự kiện này sanh ra mọi sự kiện khác; từ cơn sân của người này sanh ra cơn sân của người khác và của nhiều người; từ lòng sầu não của người này làm gợi lên lòng sầu não của những kẻ khác... Như vậy không phải: *"Pháp pháp thường sanh pháp"* sao?

Vạn hữu trong vũ trụ lúc nào cũng động. Tư tưởng của chúng sanh cũng vậy, từ suy nghĩ này đến suy nghĩ khác, suốt cả một đời người không bao giờ có được những phút giây dừng lặng, ngoại trừ lúc ngủ say. Nên Kinh A-Hàm dạy: *"Pháp pháp loạn động"*.

Tâm chúng sanh vốn không giận hờn đau khổ, không tham lam chấp trước, rất thanh tịnh vắng lặng, nhưng vì sự tương quan, tương giao với vạn hữu khiến nó phải động. Kinh A-Hàm dạy: *"Pháp pháp tự vắng bặt"*.

Duyên hợp cũng như duyên tan rất sống động, do động nên sanh ra vạn hữu. Thế nên, mỗi một chúng sanh đều có hai phần động rõ rệt về tinh thần và vật chất.

Vạn vật thiên nhiên trong vũ trụ đều động, chúng ta là một vật trong vạn vật thì làm sao bất động được. Vì bất động chẳng được nên tâm khởi phân biệt, do phân biệt mới có đối đãi, mới có đau khổ, giận hờn, thương ghét...

Biết rõ tâm chúng sanh vốn thanh tịnh, nên chúng ta dùng tư tưởng chánh diệt tư tưởng tà, nhờ thế tâm mới được an vui; tâm bất động, thanh thản, an lạc và vô sự mới lần hồi hiện tiền. Kinh A-Hàm dạy: "*Lấy pháp trắng trị pháp đen*", tức là lấy tịnh diệt động. Nghĩa là khi tư tưởng tham, sân, si khởi lên, đó là tà kiến, tà niệm, khiến cho tâm chịu nhiều đau khổ, sầu muộn, giận hờn, thương ghét... thì liền ngay đó ta khởi nghĩ theo chánh pháp, tức là tư tưởng chánh (chánh kiến, chánh tư duy, chánh ngữ...); nó giúp cho chúng ta trở về với trạng thái an vui thanh tịnh, và phá tan được tâm tư phiền muộn đau khổ. Chúng ta lập lại một lần nữa, để ghi nhớ lời dạy trong Kinh A-Hàm:

Này Kiều Thi Ca!

Pháp pháp loạn động,

Pháp pháp tự vắng bặt;

Pháp pháp thường sanh pháp;

Pháp đen dùng pháp trắng trị,

Pháp trắng dùng pháp đen trị

THỰC HIỆN SỐNG MƯỜI ĐIỀU LÀNH

Kinh A-Hàm dạy: *"Bệnh sắc dục dùng bất tịnh trị"*. Thực vậy, đứng trước sắc đẹp phụ nữ, khi tâm tham dục khởi, chúng ta phải dùng pháp quán thân bất tịnh để đối trị. Nghĩa là phải suy tư quán xét cho thấu đáo tất cả vạn hữu đều có sắc tướng bất tịnh, dễ ô nhiễm, sinh ra mùi hôi thúi ghê tởm, dù cho chúng có những sắc tướng khêu gợi, khiến cho tâm tham sắc dục dễ nổi lên cũng đều là bất tịnh.

Muốn làm chủ được tâm tham sắc dục, không có pháp môn nào để chế ngự hơn là kinh nghiệm bản thân. Phải trực tiếp mắt thấy, tai nghe, mũi ngửi mùi, tay sờ mó vào sắc tướng của đối tượng đang phơi bầy trước mắt ta những hình ảnh ghê tởm uế trược, hôi thúi và còn nhiều sự bất tịnh khác nữa. Nhờ có trực tiếp như vậy, nên khi vừa thấy sắc là ta thấy ghê tởm ngay liền.

Muốn chế ngự và hàng phục tâm sắc dục, điều tối quan trọng là phải thông suốt: *"Ở đâu có khoái lạc, ở đó có khổ đau"*. Sự đau khổ nhắc cho chúng ta thức tỉnh trong sự mong cầu khoái lạc.

Xét về thân và tâm của mình, từ xương, răng, da, tóc, đờm nhớt, máu mủ, thảy đều bất tịnh. Về phần tinh thần, ta cũng dễ bị ô nhiễm, dính mắc các sắc tướng vạn hữu, vì thế chúng ta càng khởi tâm tham dục lạc thì càng thọ vô lượng thứ đau khổ.

Người sống với Mười Điều Lành phải thể hiện đúng Mười Điều Lành của Phật dạy, và còn phải nhìn thấu suốt thực chất sắc tướng của vạn hữu đang vây quanh chúng ta.

Người mang bệnh sân hận nặng muốn đối trị phải dùng từ tâm, nghĩa là chúng ta phải biết đem lòng từ bi tha thứ và thương yêu những kẻ lầm lỗi, những người hung ác, gian tham, tật đố, v.v... Tại sao vậy? Vì họ là người thiếu giáo dục đạo đức, không được ánh sáng chân lý soi chiếu vào tâm tư họ, nên đời sống họ luôn luôn bám chặt vào vật chất, chịu nhiều thứ đau khổ.

150

Chúng ta là người sống với Mười Điều Lành thì phải thấu rõ lý nhân quả, thường dùng chánh kiến và luôn thực hiện LÒNG THƯƠNG YÊU đối với mọi người. Nhờ vậy lòng đau khổ, sự giận hờn mới chấm dứt.

Ý thức được sự ích kỷ, nhỏ mọn của mình là thuốc độc giết chết tâm mình, chỉ có LÒNG YÊU THƯƠNG mới cứu chúng ta sống an vui.

Muốn trị bệnh ngu si mà không chịu học Phật pháp, thì không làm sao có trí tuệ giải thoát, không thể làm chủ được tư tưởng của mình và thấu suốt được vạn hữu. Vả lại, người ngu si không thể nào biết áp dụng phương tiện của đức Phật dạy. Bởi vậy kẻ ngu si không đủ trí hiểu biết, luôn luôn sống một đời đầy đau khổ, sân hận, lúc nào cũng nô lệ cho vật chất.

Người sống với Mười Điều Lành là phải biết dùng pháp môn quán của đức Phật đã giảng dạy suốt con đường "A-Hàm", tức "Nhị Thừa". Pháp môn này dùng để đối trị tất cả tư tưởng phiền não. Khi thấu suốt con đường quán của Nhị Thừa, chúng ta mới thấu rõ là tất cả hiện tượng vạn vật thiên nhiên trong vũ trụ đều do duyên hợp tạo thành, chớ không do một đấng vạn năng nào biến hóa ra.

Xét cho cùng tột về cuộc sống của chúng ta, ta mới thấy ngã không, người không và vạn hữu đều không. Kinh A-Hàm dạy: *"Này Thích Đề Hoàn Nhơn! Như vậy, tất cả hiện tượng đều quy về không: không ta, không người, không thọ mạng, không sĩ phu, không hình tướng, không nam nữ"*.

Ở đây, chúng ta nghe đức Phật dạy tất cả hiện tượng trong thế gian đều quy về không: không ta, không người, không thọ mạng, không sĩ phu, không hình tướng, không nam nữ; thế mà mọi vật trước mắt chúng ta sờ sờ mà bảo là không, thì hóa ra lời dạy kia phi lý và mâu thuẫn với chính nó hay sao?

Muốn rõ lý sắc không, **chúng ta phải có sự tư duy cho tường tận mới thấy vạn hữu là không**. Ví dụ, muốn dựng một cái nhà phải do nhiều thứ hợp lại như kèo, cột, vách lá, phên, cửa, đòn dông hợp lại, tạo nên một cái nhà. Nếu lấy một cây cột mà bảo đó là cái nhà thì không đúng.

Câu chuyện Vua Malinda hỏi Tỳ kheo Nagasena trong Kinh Malinda:

- Thưa Đại đức! Quý danh Ngài là gì?
- Tâu bệ hạ! Người ta gọi tôi là Nagasena, nhưng không có thật tôi.

Nhà vua hỏi:

- Nếu không có thật NGÃ, thì ai cúng dường, ai truyền giáo, ai tham thiền, ai thực hành giáo lý và ai tu chứng Niết Bàn? Vậy cái gì mới thực là Nagasena? Hay tóc trên đầu là Nagasena chăng?
- Tâu bệ hạ! Không phải tóc là tôi.
- Lông nơi thân là Nagasena chăng?
- Tâu bệ hạ cũng không.
- Vậy thì sự cảm xúc, sự nhận biết vui buồn là Nagasena chăng?
- Tâu bệ hạ cũng không.
- Vậy thì ngũ uẩn, tứ đại là Nagasena chăng?
- Tâu bệ hạ cũng không.
- Như thế ngoài thân còn cái gì là Nagasena chăng?
- Tâu bệ hạ cũng không có cái thân nào khác ngoài Nagasena.

Vua Malinda hỏi xong, Nagasena hỏi lại:

- Tâu bệ hạ! Ngài đến đây bằng gì?

- Bạch Đại đức! Trẫm đến đây bằng xe.

- Vậy bệ hạ có thể giải thích xe là gì chăng? Có phải gọng là xe chăng?

- Không phải thế.

- Cái trục lăn có phải là xe chăng?

- Bạch Đại đức không.

- Hai bánh có phải là xe chăng?

- Cũng không.

- Vậy nhà vua nói các thứ đó có cái gì là xe không?

- Cũng không.

Câu chuyện vua Malinda cho chúng ta thấy, rõ ràng Phật giáo chủ trương con người không có bản ngã. Sinh mạng của con người chỉ kết hợp do tứ đại và tâm thức. Hay nói một cách khác hơn, con người do duyên hợp bởi đời sống vật chất và tâm lý. Đời sống vật chất gọi là sắc uẩn, đời sống tâm lý gọi là thọ, tưởng, hành và thức uẩn; gọi chung là Ngũ Uẩn.

Đứng về phương diện không gian, vạn hữu trong vũ trụ vốn giả hợp; còn về phương diện thời gian thì vạn hữu vốn sanh diệt không ngừng. Cho nên thân ngũ uẩn tạm có gọi là sanh mệnh chúng sanh, khi ngũ uẩn tan rã thì gọi là sanh mạng chúng sanh chấm dứt hay chết.

Vạn hữu mượn danh mà đặt tên, chớ không có thực tên, cũng như cái chúng ta thấy gọi là xe thì nó đâu có một bản thể chính yếu, ngoài các bộ phận như gọng, bánh, trục, căm, v.v... thì xe không thành hình được. Xe chỉ là một danh từ để chỉ sự kết hợp của các bộ phận ấy mà thôi. Tôn giả Tu Bồ Đề còn giảng những ví dụ giải thích cho chúng ta thấy vạn hữu do duyên hợp tạo nên, khi hết duyên thì duyên tan; nó sẽ hoại diệt. Ví như cây cổ thụ xum xuê tàng lá, một cơn gió to cành lá phải xác xơ. Một vườn cây đang kết hoa nẩy nụ làm quả, một trận mưa đá, tuyết rơi làm hư hoại tất cả. Đó là duyên tan. Một cơn mưa to trút xuống, các cây cành đang héo úa gặp mưa liền đâm chồi nẩy tược. Đó là duyên hợp. Khéo quán xét, chúng ta đào sâu vào sự bất động của vạn hữu, ta mới thấy rằng bệnh tật không từ đâu sanh, chẳng phải thân sanh mà cũng chẳng phải ý sanh. Vì thế, **bệnh tật không phải do thân hay do ý, mà chính là duyên hợp tạo nên. Pháp do duyên mà có, duyên hợp là động, động thì pháp sanh.**

Pháp pháp tự diệt, nghĩa là hết duyên thì pháp tự hoại diệt, tự trở về sự bất động của nó. Kinh A-Hàm dạy: *"Này Thích Đề Hoàn Nhơn! Pháp pháp loạn động, pháp pháp tự diệt. Ta trước kia mắc bệnh đau đớn khổ sở, ngày nay đã trừ được, không còn bệnh khổ"*. Lời dạy của Tôn giả Tu Bồ Đề, chúng ta nhận thức như thế nào? Có phải chăng khi suy tư quán xét liền thấu rõ cội nguồn của bệnh tật là hết bệnh chăng? Hay một duyên cớ gì mà ông Tu Bồ Đề bảo bệnh ông đã hết?

Khi dùng pháp QUÁN để thấu suốt cội nguồn của bệnh tật, để rõ được nguyên nhân này chỉ do duyên hợp nhiều đời và cũng như ngay trong đời hiện tại đang tạo tác. Nhờ thấu rõ cội nguồn của bệnh tật, nên tâm tư không còn lo ngại sợ sệt, thường nhìn thẳng vào bệnh tật, lòng không chút sợ hãi lo lắng. Đủ duyên hợp lại thành bệnh tật, khổ đau, vui buồn, thương ghét, giận hờn... Hết duyên tất cả phiền lụy đều tan hết.

Thấu suốt được lý này, hành giả phải chấp nhận bệnh tật hoặc tai nạn, không bao giờ sợ hãi và tìm cách trốn tránh, lúc nào cũng vui vẻ trả nghiệp và luôn luôn tạo NGHIỆP LÀNH. **Do lòng an vui chấp nhận các NGHIỆP KHỔ mà tinh thần dũng mãnh, can đảm chịu đựng những thử thách để rồi vượt qua, NGHIỆP KHỔ dần dần tan biến.**

154

Nói đến duyên hợp, duyên tan mà không nói đến NHÂN QUẢ là một điều thiếu sót quá lớn. Nhân quả là do NGHIỆP LÀNH hay NGHIỆP ÁC mà có. Muốn đối trị quả khổ thì phải thấu lý nhân quả, tức là biết rõ quả THIỆN ÁC đang chủ động tác động vào đời sống con người, khiến cho con người cực khổ thất điên bát đảo.

Vậy chúng ta phải thường hằng sống với Mười Điều Lành, phải cố gắng gieo NHÂN LÀNH. **Khi NHÂN LÀNH đầy đủ thì sự phiền não, đau khổ sẽ chấm dứt.** Muốn cứu nguy bệnh tật của thân, mưu tìm chân hạnh phúc cho gia đình thì phải sống với Mười Điều Lành. Sống với Mười Điều Lành là chuyển từ **NGHIỆP ÁC** thành **NGHIỆP THIỆN**, chuyển điều dữ thành điều lành, khiến cho đời sống chúng ta hoàn toàn được thuận duyên. Nhờ đó mà cuộc hành trình về XỨ PHẬT không còn trở ngại nữa.

Muốn sống với Mười Điều Lành mà thiếu trí tuệ thì không bao giờ thực hiện được việc này. Muốn có trí tuệ chúng ta phải học Phật pháp; nhờ học Phật pháp trí tuệ mới sáng suốt, mới chánh kiến giải thoát, nhờ đó mà Phật pháp mới thấm nhuần. Nhờ đó, tâm chúng ta xuất hiện LÒNG YÊU THƯƠNG; nhờ LÒNG YÊU THƯƠNG mới dễ thực hiện đức nhẫn nhục; nhờ có đức nhẫn nhục chúng ta mới thể hiện sống với Mười Điều Lành dễ dàng. Chỉ có sống với Mười Điều Lành thì quả ác mới chấm dứt, cuộc sống mới được an vui, hạnh phúc.

Tóm lại, con người muốn thoát khỏi bệnh tật khổ đau, tai nạn hiểm nghèo thì không có phương tiện nào hay pháp môn nào mau chóng bằng pháp môn sống với Mười Điều Lành. Dù thuốc hay thầy giỏi cũng không tránh khỏi thân bệnh, dù các bậc vua chúa hay các y sư giỏi nhất thế gian cũng không thoát khỏi bệnh tật và cũng phải chịu chung luật sanh tử.

Thế nên học Phật pháp mà biết khôn khéo áp dụng vào đời sống hằng ngày, thì thân bệnh sẽ không còn nữa và tâm thường được an vui.

Chúng ta hãy nghe bài kệ của Tôn giả Tu Bồ Đề, để gắng công tu tập sống với Mười Điều Lành:

> Hãy nói như lời này
>
> Căn bản thấy đầy đủ
>
> Người trí được an ổn
>
> Nghe Pháp dứt các bệnh
>
> —Kinh Tăng Nhất A-Hàm

Chúc quý vị tu tập thành công, để luôn luôn sống được an vui, hạnh phúc.

HẾT

Sống với MƯỜI ĐIỀU LÀNH được viết ra thành sách, là nhờ giúp cho con gái của bà Lâm Chưởng để thoát khỏi bệnh hiểm nghèo.

Tu viện Chơn Như, ngày 1 tháng giêng, năm Bính Dần, 1986.

Tỳ Kheo Thích Thông Lạc

Kính ghi

GIỚI THIỆU SÁCH

Sách của Trưởng lão Thích Thông Lạc chỉ tặng, không bán. Bản gốc đầy đủ, phiên bản lưu hành nội bộ của một số đầu sách có đăng tải trên trang mạng của Tu Viện. Xin các bạn tìm đọc:

1- Đạo Đức Làm Người - tập I, II. (2013)

2- Sống Mười Điều Lành. (2015)

3- Những Lời Gốc Phật Dạy - 4 tập. (2011)

4- Đường Về Xứ Phật - 10 tập. (2011)

5- Văn Hóa Phật Giáo Truyền Thống - 2 tập. (2011)

6- Lòng Yêu Thương - tập I. (2015)

7- Lòng Yêu Thương - tập II. (2013)

8- Linh Hồn Không Có. (2010 - Quý IV)

9- Người Phật Tử Cần Biết - 2 tập. (2012)

10- Những Chặng Đường Tu Học Của Người Cư Sĩ. (2013)

11- Giới Đức Làm Người - 2 tập. (2010)

12- Thanh Quy Tu Viện Chơn Như. (2010)

13- Mười Hai Cửa Vào Đạo. (2012)

14- Sống Một Mình Như Con Tê Ngưu. (2010)

15- Ba Mươi Bảy Phẩm Trợ Đạo. (2013)

16- Muốn Chứng Đạo Phải Tu Pháp Môn Nào. (2014)

17- Hỏi Đáp Oai Nghi Chánh Hạnh. (2011)

18- Tạo Duyên Giáo Hóa Chúng Sinh. (2011)

19- Lịch Sử Chùa Am. (2013)

20- Giáo Án Rèn Nhân Cách Lớp Ngũ Giới: Đức Hiếu Sinh - tập I, II, III. (2012)

21- Giáo Án Rèn Nhân Cách Lớp Ngũ Giới: Đức Ly Tham - tập I. (2013)

22- Giáo Án Rèn Nhân Cách Lớp Ngũ Giới: Đạo Đức Gia Đình - tập I. (2012)

23- Thọ Tam Quy, Ngũ Giới. (2012 - Trích từ "Những Chặng Đường Tu Học Của Người Cư Sĩ")

24- Pháp Tu Của Phật (từ Tứ Chánh Cần đến Tứ Niệm Xứ) - Thời Khóa Tu Tập Trong Thời Đức Phật (phiên bản gốc năm 2000) - Tứ Vô Lượng Tâm - (Niệm Phật) Tứ Bất Hoại Tịnh. (2013)

25- Những Bức Tâm Thư - 3 tập. (2013-2014)

26- Thiền Căn Bản. (2014)

27- Những Lời Tâm Huyết - Tâm Không Phóng Dật - Thời Khóa Tu Tập Trong Thời Đức Phật (phiên bản hoàn thiện năm 2008).

28- Phật Giáo Có Đường Lối Riêng.

29- Hướng Dẫn, Nhắc Nhở Tu Sinh Tu Học Tại Tu Viện Chơn Như.

Made in the USA
Monee, IL
10 January 2022

88199140R00094